पैसा आणि श्रीमंती
-दिपा वंजारे

ISBN 979-8-88704-912-0

हे पुस्तक माझ्या बाबांना समर्पित आहे.

मी हे पुस्तक माझ्या वडिलांना त्यांच्या ६५व्या वाढदिवसानिमित्त भेट देत आहे.

This book is dedicated to my dad.

I am gifting this book to my dad for his 65th birthday.

माझे आयुष्य बदलणाऱ्या "अंजना रितोरिया" चे विशेष आभार.

&

Special Thanks to "Anjana Reetoriya", who changed my life.

अनुक्रमणिका

प्रस्तावना 9

माझा प्रवास/My Law of attraction journey 11

1. मी सर्वोत्तम आहे/I am the best 17

2. "धन्यवाद"/Thank you...23

3. आकर्षणाचा सिद्धांत/Law of attraction 31

4. माझी गोष्ट/My Story...35

5. आताच्या क्षणात नेहमी आनंदी रहा/
Always be happy in current moment........................43

6. एकरूपता/Alignment/high vibrations....................51

7. तुमच्या आयुष्याच्या प्रत्येक भागात स्वतःची कदर करा/
Value yourself in each part of your life 57

8. सकारात्मक गोष्टींची यादी/List of positive aspects.........62

9. स्वतःला पहिले महत्व द्या/Serve Yourself First..........67

10. माझ्या आजूबाजूच सर्व सर्वोत्तम आहे/
My surroundings are always best...............................71

11. शब्द जरा जपून/Be Careful while using words...........77

12. भावना/Emotions 82

13. प्रकृती/Health...87

14. स्वतःसाठी पाऊल उचला/Take Stand for yourself.......................101

15. माफ करा/Forgiveness 105

16. मोठी स्वप्न बघा.../Have Big Dreams… 108

17. स्वप्न पूर्ण झालंय असं वागायला सुरू करा/
Fake it till you make it 112

18. तुला काय हवं आहे?/What do you want?........................116

19. तुला का हवे आहे?/Why do you Want? 120

20. चिंता/Concern 124

21. पैसा/Money...129

माझे अनुभव/My experience...143

Law of Attraction Daily Practice...151

प्रस्तावना

तुम्हालाही वाटतं का? - माझ्याकडे पैसे टिकत नाही? पैसा खूप कष्ट केलाच की येतो? माझ्यापेक्षा कमी मेहनत करणाऱ्याचा पगार वाढ होतोय? मी जास्त अभ्यास केला तरीही मार्क्स कमी येत आहेत? पैसा खूप मेहनतीने कष्टाने येतो माझ्याकडे? कधी कधी तर येतच नाही आणि आला की लगेच संपतो.

असं काही किंवा तुम्ही तुमच्या सध्याच्या रिलेशनशिपमध्ये खुश नाही आहात किंवा कशाचा ना कशाचा तुम्हाला त्रास होतोय?

किंवा सगळं छान चाललंय आयुष्यात सगळं आहे तरी एक समाधान नाहीये, तुमच्या अशा छोट्या-मोठ्या अनेक प्रश्नांची उत्तरं तुम्हाला हे पुस्तक वाचलं की मिळेल. तुम्ही शाळा किंवा कॉलेजमधील विद्यार्थी असाल किंवा नोकरी धंदा करणारे असाल, किंवा तुम्ही गृहीणी असाल तर तुमच्या रोजच्या छोट्या मोठ्या समस्या आणि पैसा तुमच्याकडे सतत भरपूर प्रमाणात कसा येईल या सर्व प्रश्नांची उत्तरं पुढील धड्यांमध्ये मिळतील.

बऱ्याचदा काय होतं, आपल्याला माहित ही असतं आकर्षणाचा सिद्धांत (law of attraction) . पण खूप जणांचा असा समज होतो की, आकर्षणाचा सिद्धांत (law of attraction) म्हणजे फक्त सकारात्मकच बोलायचं, एवढंच ना?

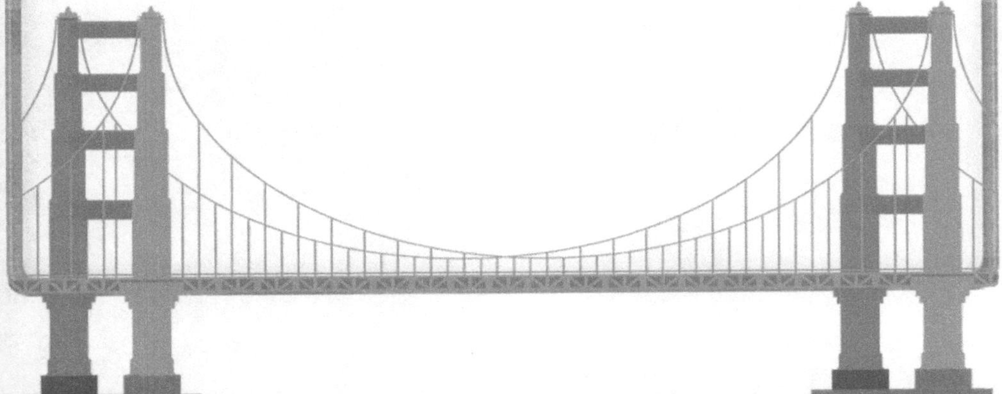

खरं सांगायचं तर, मलाही आधी असंच वाटायचं.मग मी काही युट्युब वर व्हिडिओज पाहिले पुस्तकं वाचलीत, तेव्हा मला ही नीट समजलं आणि मी ते रोजच्या जीवनात वापरू लागले. मग मी माझे जीवन सहज सोप्प आणि सर्वात महत्वाचं म्हणजे जीवन आनंदी केले आणि तुम्हीही माझ्यासारखं असच सहज सोप्प आणि आनंदी आयुष्य deserve करता आणि ते कसं शक्य होऊ शकतं हे ही तुम्हाला पुढील धड्यांमध्ये समजेल.

टिपणी: या पुस्तकात काही गोष्टींचा उल्लेख वारंवार करण्यात आला आहे तर त्या मागचा हेतू हाच की काही गोष्टी वारंवार सांगितल्याने लवकर समजतात.

~~~~~~

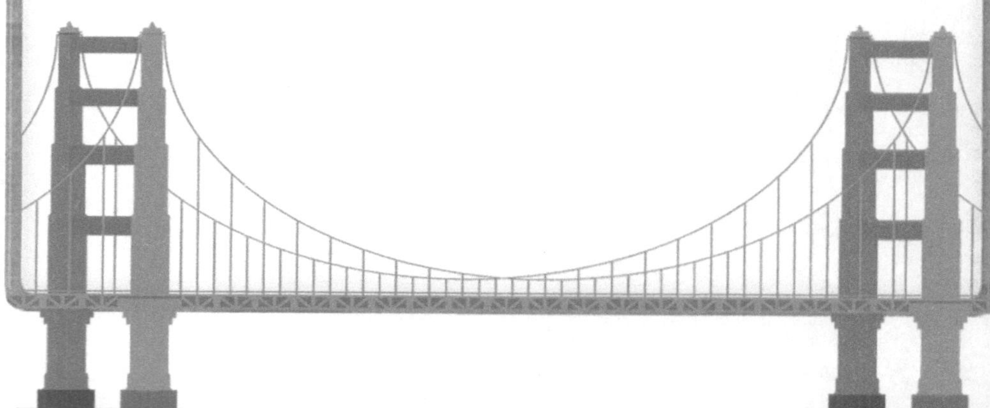
~~~~~~

माझा प्रवास

My Law of attraction journey

माझ्या ऑफिसमधील बऱ्याच जणांना वाचनाची आवड होती. मग आम्ही एकमेकांना पुस्तक देऊन वाचायचो. असंच एका लंच ब्रेकला बोलता-बोलता मला माझ्या एका कलीग कडून "द सीक्रेट" या पुस्तकाबद्दल कळलं. 2014 साली मला "द सिक्रेट" बद्दल कळले. या पुस्तकाबद्दल कळताच मी त्यादिवशी घरी जाऊन लगेच द सीक्रेट हा मूव्ही पाहायला घेतला. तेव्हा मला या आकर्षणाचा सिद्धांताबद्दल पहिल्यांदा कळलं. मी बऱ्याच वेळा तो "द सिक्रेट" मूवी पाहिला. पण तेव्हा मी आकर्षणाचा सिद्धांत माझ्या इच्छेसाठी वापरून नाही पाहिला.

तसा आकर्षणाचा सिद्धांत नेहमीच काम करत असतो. तुम्ही वापरा किंवा नका वापरू. गुरुत्वाकर्षण कसे नेहमी चालू असतो. गुरुत्वाकर्षणावर तुमचा विश्वास असो वा नसो. एखादी गोष्ट वरून फेकली तर खाली येणार. हा गुरुत्वाकर्षणाचा नियम आहे. अगदी तसंच आकर्षणाचा सिद्धांत ही सतत कार्यरत असतो. कारण आपले विचार सतत चालू असतात आणि ज्या गोष्टीवर लक्ष केंद्रित करतो त्या गोष्टी वाढत जातात.

त्यानंतर डायरेक्ट मला आकर्षणाचा सिद्धांत आठवला तो 2018 नंतर. तेव्हा माझ्या आयुष्यात खूप चढ-उतार चालू होते. कारण जसे विचार तसंच आपला आयुष्य चालू असतं. विचार नकारात्मक, बोलणं नकारात्मक मग आयुष्यातही नकारात्मकच घडतं.आपणच आपल्या आयुष्यातील प्रत्येक घटनेला कारणीभूत असतो. तेव्हा माझा विचार, माझं बोलणं नकारात्मक असायचं. म्हणून मी तशाच गोष्टी आकर्षित करत होते.

मला समोर काही मार्गच दिसत नव्हता. तेव्हा मला अचानक या आकर्षणाचा सिद्धांताची आठवण झाली. मग मी युट्युब वर शोधले "आकर्षणाचा सिद्धांत". तेव्हा माझ्या समोर अजय शर्मा यांचं "awsome aj" हे चैनल समोर आले. तसेच आकर्षणाचा सिद्धांताचे बरेच सक्सेस स्टोरी समोर आल्या. बऱ्याच लोकांनी आकर्षणाचा सिद्धांत वापरून त्यांचं करिअर, त्यांची नाती, त्यांची स्वप्न पूर्ण केली होती. मला "awsome aj" च्या चैनल वर बऱ्याच आकर्षणाचा सिद्धांताच्या टेक्निक समोर आल्या. त्या मी करायचा प्रयत्नही केला. जसं "२ ग्लास मेथड". पण त्याचा काही उपयोग नव्हता झाला. का नव्हता झाला ते मी पुढे सांगते. पण त्याचे व्हिडीओज पाहून एक मात्र कळले. कृतज्ञ thankful राहायचे."awesome aj" काही गाईडेड मेडिटेशनही मी करायला सुरु केले. तेव्हा काही गोष्टी कळल्या. मग मी दररोज सकाळी ऑफिसला जायच्या आधी दहा मिनिटे गाईडेड मेडिटेशन करून, मग 10 अशा गोष्टी ज्यांच्यासाठी मी कृतज्ञ thankful आहे अशा गोष्टी लिहून काढायचे. जसं आदल्या दिवशी कोणी कोणी मला ऑफिसमध्ये मदत केली, घरी मदत केली अशा प्रत्येक व्यक्तीला मी थँक्यू लिहायचे.

अशा वेळी मी बरेच आकर्षणाचा सिद्धांत याचे चैनल फॉलो केले होते. त्यामधले एक होते "शांभवी राज" यांचा आकर्षणाचा सिद्धांत चैनल. या दररोज एक आकर्षणाचा सिद्धांतावर व्हिडिओ बनवायचा. ते मी दररोज पहायचे.

एवढे सर्व करूनही जास्त मोठा बदल झाला नव्हता. मग अचानक माझ्या आयुष्यात मोठा प्रसंग घडला. माझ्या अगदी जवळची व्यक्ती "माझे बाबा"अचानक देवाघरी गेले. माझे बाबा, माझ्यासाठी "माझे बाबा" कमी "मित्र" जास्त होते. दररोज खूप गप्पा असायच्या. दररोजच्या ऑफिसच्या, घरच्या मित्रमंडळींच्या,

in laws च्या सर्व गोष्टी बाबासोबत शेअर करायचे. माझा बाबा नेहमी खूपच एनर्जेटिक. जेव्हा बाकीचे त्यांच्या वयाची म्हातारी लोक त्यांचा आजारपण चर्चा करण्यात व्यस्त असायचे, तेव्हा माझे बाबा योगा, एरोबिक्स, चालायला जाणं, प्राणायाम, पिकनिक, वामनराव पै यांचे सकारात्मक विचार ऐकण यात व्यस्त असायचे. अचानक असं घडलं (माझे बाबा अचानक देवाघरी गेले.) हे अजूनही खरं आहे असं आम्हाला आजही वाटत नाही.

कारण आधी आजारी देखील नव्हते. एखादी व्यक्ती आजारी असेल, हॉस्पिटलमध्ये असेल तर आपण समजू शकतो. पण जेव्हा हसती खेळती एखादी व्यक्ती हृदयविकाराच्या झटक्याने अचानक जाते, तेव्हा ते सत्य पचवणे अवघड असते. त्यावेळी आईकडे पाहून मी जास्त react नव्हत केल. कारण आईला सावरायचं होतं.

या धक्क्यामुळे सर्वच बंद झाले. जे मी सकाळी मेडिटेशन आणि कृतज्ञतेचे दहा वाक्य लिहायचे. ते सर्व बंद झाले.

या धक्क्यातुन बाहेर यायला मी art of living बेसिक कोर्स केला, सुदर्शन क्रिया शिकले, बेसिक योगा क्लास केला. आरती गुप्ता यांच्याकडून आम्ही (मी, माझी बहिण आणि आई) रेकी शिकलो. रेकीने थोडा या धक्क्यातून बाहेर येण्यास थोडी मदत झाली.

मग माझ्या आयुष्यात मॅजिकल जिनी म्हणजेच "अंजना रितोरीया" आली. मनापासून थँक्यू अंजना रितोरीयाला. त्यांच्यामुळे बऱ्याच गोष्टी कळल्या. त्यांच्यामुळे आकर्षणाच्या सिद्धांताच्या मिसिंग कडी कळली. मला खूप मोठी महत्त्वाची गोष्ट अंजना रितोरीया कडून कळली, जी आज वर मला माहित नव्हती. मी खूप मोठी गोष्ट आकर्षणाचा सिद्धांत वापरताना मिस करत होते. त्यामुळेच माझे manifestation पूर्ण व्हायला अडथळे येत होते.

अंजना रितोरीया मुळे मी बरीच पुस्तके वाचली.

- ४० से ४० करोड-अंजना रितोरीया
- the power of subconscious mind - जोसेफ मर्फी
- law of attraction- अब्राहम हीक्स

- money and law of attraction - अब्राहम हीक्स
- ask and it is given-अब्राहम हीक्स
- the power of emotions-अब्राहम हीक्स

अशी बरीच पुस्तके वाचली.

अंजना रितोरीयाचे ४० से ४० करोड हे पुस्तक, त्यांचे सर्व वेबीनार, त्यांचे आकर्षणाच्या सिद्धांतावर व्हिडिओ यामुळे आकर्षणाच्या सिद्धांताचे संपूर्ण पिक्चर क्लिअर झाल. अंजना रितोरीयाची एनर्जी सतत high असते. त्या सतत high vibrations ला असतात. बाबाच्या धक्कादायक प्रसंगानंतर मला परत माझ आयुष्य पूर्ववत यायला "अंजना रितोरीया" चा खूप मोठा वाटा आहे.

Special thanks to Anjana Reetoriya.

अंजना रितोरीया यांनी सांगितल्याप्रमाणे काही सवयींचा आयुष्यात समावेश केला तसं काही सवयी सोडल्या. छोटे छोटे काही बदल केले, विचार करण्यात, वागण्यात काही बदल केले. छोटी छोटी पावले घेतले. त्याचे परिणाम हळूहळू दिसू लागले. आकर्षणाच्या सिद्धांतांचा पाया अंजना रितोरीया यांनी भक्कम केला. मग आयुष्य हळूहळू बदलू लागलं. सुंदर, आनंदी होऊ लागलं. हळूहळू स्वप्न पूर्ण होऊ लागली.

आणि आता तुमच्यासमोर जी मी उभी आहे, ती पूर्णपणे वेगळीच दिपा आहे. कारण माझे आधीचे विचार करण्याची पद्धत आणि आता विचार करण्याची पद्धत यात जमीन आस्मानाचा फरक आहे. इतरांप्रमाणे मलाही आकर्षणाचा सिद्धांत म्हणजे फक्त सकारात्मक वागायचं एवढच वाटायचं आणि आकर्षणाचा सिद्धांत म्हणजे फक्त काही टेक्निक एवढच वाटायचं. पण हे फक्त एवढंच नाही. तर अजूनही काही महत्वाच्या गोष्टी आहेत. ज्या मला कळल्या आणि माझं आयुष्य खूप सुंदर, आनंदी बनवले आहे. माझी इच्छा आहे, हे तुम्हालाही कळावे आणि तुम्ही पण तुमच आयुष्य आनंदी, सुखी करावं आणि तुमच्या सर्व इच्छा, स्वप्न पूर्ण व्हावीत. हे सर्व अगदी खूप सोप्प आहे. त्यासाठी हे पुस्तक.

अशा कोणत्या गोष्टी मी शिकले? अशी कोणती मिसिंग गोष्ट आकर्षणाचा सिद्धांताची जी मला कळली? त्याचा पैशाशी कसा संबंध आहे? या सर्व प्रश्नांच्या उत्तरांसाठी हे पुस्तक नक्की वाचा आणि तुमच आयुष्य आनंददायक बनवा आणि तुम्हाला हवं ते मिळवा.मोठी स्वप्न बघा.

Welcome to your luxurious lifestyle.

१. मी सर्वोत्तम आहे

I am the best

अजुन एक पाऊल समृध्दिकडे

One more baby step towards abundance

नमस्कार. जो कोणी हे पुस्तक वाचत असेल त्यांना नमस्कार.नमस्कार माझ्या श्रीमंत मित्र- मैत्रिणींनो. हो मी तुम्हालाच श्रीमंत बोलते. हे पुस्तक वाचत आहात, तर श्रीमंत कसे व्हायचे हे नक्कीच कळेल. पण त्यासाठी गोष्टी वापरायला सुरुवात करा, मोठी स्वप्न बघा. हे पुस्तक आणि त्यातील काही गोष्टी नियमितपणे करायला सुरु करा.

बऱ्याच लोकांना law of attraction माहित असते. पण ते वापरत नाहीत. ते technique करत बसतात आणि सतत law of attraction चे वेगवेगळे वेबिनार, सेमिनार, वेगवेगळे youtube channel पाहत असतात. नकळतपणे गोष्टी वापरतच नाही. जे महत्त्वाचं आहे law of attraction मध्ये ते करतच नाही. ते काय महत्त्वाचं आहे हे आपण हळू हळू पाहू.

आता तुमच्यापैकी बऱ्याच लोकांच असेल, की "आमच्याकडे वेळ नाही, एवढे सर्व करायला." तर माझे बाबा नेहमी बोलतात की, "जो winner असतो ना, तो काहीतरी थोडस वेगळं करतो." ते थोडसं वेगळं काय आहे, ते बघूया.

ते थोडंसं वेगळं सर्वच करत नाहीत, नाही तर सर्वच अंबानी (श्रीमंत) झाले असते ना.

आणि हो तुमच्या दिनक्रमातील जास्त वेळ नाही लागणार बरं का, फक्त काही वेळ तुमच्या दिवसातील नियमितपणे जर तुम्ही वापरला तर तुम्ही श्रीमंत होण्यापासून काहीच वेळ दूर आहात.

श्रीमंत झाल्यावर पण तुमच आरोग्य सुदृढ, पारिवारिक जीवन आणि नाती सुखी-आनंदी हवे. फक्त पैसा आला म्हणजे झालं नाही, तर सर्वच महत्त्वाच आहे. म्हणजे भरभराट सगळीकडे हवी.उत्तम आरोग्य, उत्तम शरीर, उत्तम मन, उत्तम आत्मा, उत्तम फॅमिली, उत्तम नाती, उत्तम मित्रमंडळी, उत्तम विचार, उत्तम भावना, उत्तम करियर, उत्तम संपत्ती, उत्तम पैसा.नाहीतर पैसा आला, पण तुम्ही सतत आजारी, सतत हॉस्पिटलमध्ये असं चालेल का? नाही ना. तर सगळ्या गोष्टी जीवनातील टप्प्याच्या महत्त्वाच्या आहेत.

मला पण खूप आधी पासून law of attraction माहित होते, पण एक महत्त्वाची गोष्ट मला माहित नव्हती. ती मला कळली, अंजना रितोरियाकडून. माझ्या बाबा नंतर खूप महत्त्वाचं म्हणजे जीवन कसं जगाव, हे मी त्यांच्याकडून शिकले. Special Thanks to अंजना रितोरिया.

पहिला धडा म्हणजे पहिले पाऊल.आताच्या आता शपथ घ्या, ठरवा ही सवय मी मला लावेन. जोपर्यंत अशा काही सवयी तुम्ही स्वतःला लावणार नाही, तोपर्यंत पैसा, श्रीमंती तुमच्या जीवनात येणार नाही.

आज आत्ता या क्षणापासून तुम्हाला स्वतःच क्षणोक्षणी स्वतःच कौतुक करायचे आहे. याचा पैशाशी काय संबंध आहे, ते येणाऱ्या धड्यात तुम्हाला कळेलच.

म्हणजे नेमकं काय करायचं? आता या क्षणी तुम्ही कोण आहात? म्हणजे, आता तुम्ही जर work from home ऑफिसचं काम करत असाल, तर तुम्ही आता एक कर्मचारी आहात. जर मध्ये ब्रेक् घेऊन तुम्ही जर जेवण करत असाल तर तुम्ही एक आई, बहिण, आत्या, मावशी, बायको असाल. जर तुम्ही लहान मुला-मुलीं सोबत खेळत असाल तर तुम्ही आई-बाबा, मावशी, ताई, दादा असाल.

म्हणजे तुमचा आता Role कोणता आहे ते ओळखा. क्षणोक्षणी आपले Role बदलत असतात.

आता तो Role जाणून घेतल्यावर, दोन-तीन वेळा दीर्घ श्वास घेऊन बोला की,

"मी सर्वोत्तम कर्मचारी आहे."
"I am the best employee."

"मी सर्वोत्तम accountant आहे."
"I am the best accountant."

"मी सर्वोत्तम आई/बाबा आहे"
"I am the best mom/dad."

feel करा आणि बोला. (feeling भावना महत्त्वाची आहे.)

आता तुमचं conscious mind (चेतन मन) तुम्हाला विचारेल की, कसं काय सर्वोत्तम आहे, का सर्वोत्तम आहेस?

मग जर तुमचा role आता employee असेल, तर बोला की मी आज client meeting खूप व्यवस्थित handle केली. म्हणून मी बेस्ट आहे.

जर तुमचा role आता आई असेल आणि तुम्ही स्वयंपाक केला असेल, तर बोला की मी जेवण छान बनवते.म्हणून मी बेस्ट आहे.

जर तुम्ही ऑफिस सांभाळून जेवण केल असेल, तर स्वतः च कौतुक करा. म्हणून मी बेस्ट आहे.

कारणे शोधा, लहान का असेना कारण शोधा स्वतःचं कौतुक करायला. मग तुम्ही कोणत्याही Role मध्ये असाल.

म्हणजेच थोडक्यात:

1. तुमचा आत्ताच्या क्षणी Role कोणता आहे ते ओळखा.
2. तुम्ही आता ज्या काही Role मध्ये असाल, दोन-तीन दीर्घ श्वास घेऊन स्वतःला बेस्ट बोला.

3. स्वतःचं कौतुक करायची कारणं शोधा.

4. Feel करून स्वतःचं कौतुक करा.

   (feeling भावना महत्वाची आहे.)

"wow I am best tester"

असं feel करून बोला.

आता नक्की तुमच्या चेहऱ्यावर स्माईल आली असेल. कोणी कौतुक केलं तर चेहऱ्यावर स्माईल येतेच ना. जर नसेल आली तर असं समजा की कोणी दुसऱ्याने तुमचं कौतुक केलं, तर तुम्हाला कसं वाटेल? किंवा कोणी दुसरं तुमचं सर्वांसमोर कौतुक करतो आहे. तुम्ही आताच्या क्षणी जे काम करत असाल, त्यासाठी सर्वांसमोर तुमचं कौतुक करतोय. मग भले ते काम छोटं का असेना. तुम्ही तुमचा वेळ, ऊर्जा देत आहात. म्हणून आतापासून कोणतेही काम करा आणि स्वतःच, स्वतःचं कौतुक करा.

पण मग यात घमेंड आणू नका, की मी त्याच्यापेक्षा बेस्ट आहे. दुसरे काय करत आहेत, जग काय करत आहे, हे मला माहित नाही. पण I am best employee/mom/dad/daughter/husband. (जो काही तुमचा आताच्या क्षणी role असेल त्यात)

समजा तुम्ही आता पार्टीला गेले असाल, किंवा अचानक ऑफिसची ऑनलाइन मिटिंग नियोजित झाली. मीटिंगला कॅमेरा चालू करायला सांगितले, तर असं बोलू नका की, "अरे मी खराब दिसते."

आज पासून कानाला खडा, स्वतःला चुकूनही, कितीही हातून मोठी चूक झाली तरी, वाईट (looser, unlucky) बोलणार नाही. मला आज तुम्ही सर्व वाचकांनी हे वचन द्या की, तुम्ही स्वतःला कधीच वाईट बोलणार नाही.

हे स्वतः च कौतुक का करायच?

कारण या जगातील सर्वोत्तम गोष्टी, मग त्या खाजगी आयुष्यात असू दे किंवा व्यवसायिक आयुष्यात असू दे, तुम्ही सर्व बेस्ट deserve करता. तुम्ही एक

आई म्हणून, बायको (प्रत्येक नात्यात) म्हणून, व्यावसायिक म्हणून योग्य आहात, बेस्ट आहात. तुम्ही जोपर्यंत स्वतःची किंमत करणार नाही तोपर्यंत दुसरा कोणीही करणार नाही.

जेव्हा शाहरुख खानला प्रश्न विचारला की, "तुम्ही स्वतःला भारतातील बेस्ट अभिनेता समजता का? "तेव्हा शाहरुख खानचा उत्तर होतं की, "मी या जगातील बेस्ट अभिनेता आहे."

म्हणजे शाहरुख खानचं म्हणणं होतं की मी या देशातच नाही तर जगात बेस्ट अभिनेता आहे.

आत्मविश्वास, हा असा आत्मविश्वास, स्वतःची अशी किंमत तुम्हाला करता आली पाहिजे. मग खाजगी आयुष्य असो किंवा व्यवसायिक.

"You are best and you deserve best in everything"

हे कायम लक्षात ठेवा.

हे झालं पहिलं पाऊल, पैसा आणि श्रीमंती तुमच्या आयुष्यात यायला. नुसतं वाचले म्हणून झालं नाही तर गोष्टी वापरायला सुरुवात करा. मोठी स्वप्न बघा. "Be happy in the Present moment that's the secret".

भेटूया पुढच्या धड्यात.

टिपणी:

प्रत्येक धडा वाचून झाल्यानंतर त्यामध्ये दिलेल्या गोष्टी वाचून, त्या गोष्टी त्याच दिवसापासून वापरायला चालू करा. आता हा धडा वाचून झाला ना, आता आजपासून स्वतःला या धड्यात सांगितले तसं प्रत्येक क्षणी कौतुक करायला चालू करा आणि स्वतःला किंमत द्यायला सुरू करा, स्वतःचा स्वतः आदर करायला सुरु करा. मग बघा तुम्ही कसं जग जिंकता ते आणि तुमच्या जीवनात पैशाचा पाऊस पडायला लागेल.

अजुन एक पाऊल समृध्दिदकडे

One more baby step towards abundance

पुढची पायरी आहे "धन्यवाद" "Thank you". जी तुम्हाला तुमचे जीवन बदलण्यास आणि तुमच्या आयुष्यात पैशाचा प्रवाह येण्यास मदत करते. पण "धन्यवाद" "Thank you" बोलून पैशाचा प्रवाह कसा येईल? तुम्हाला ते हा धडा वाचल्यावर कळेल.

लोक साधारणपणे आपल्या आयुष्यात फक्त दोनदा "Thank you" धन्यवाद बोलतात. एकदा कोणीतरी तुम्हाला मदत केली आणि दुसऱ्यांदा कोणीतरी तुम्हाला gift भेटवस्तू दिली की.

पण युनिव्हर्सचा नियम आहे,

**"If you thankful for whatever you have,
You will get whatever you want."**

**"तुमच्याकडे जे काही आहे त्याबद्दल तुम्ही आभारी असाल
तर तुम्हाला जे हवे आहे ते मिळेल."**

तेव्हा तुमच्याकडे जे काही पैसे आहेत त्याबद्दल कृतज्ञ, समाधानी राहिलात, तर अजून पैसे तुमच्या आयुष्यात येतील.ही सवय तुमच्या शेवटच्या श्वासापर्यंत चालू ठेवा.

याचा अर्थ असा की तुम्ही सकाळी उठल्यापासून ते रात्री झोपेपर्यंत, तुमच्याकडे Thank you धन्यवाद म्हणण्यासारख्या अनेक गोष्टी आहेत.

- दोन दिवस पाणी नाही आले की पाण्याची किंमत कळते. तुमच्या घरी जे पाणी येते, मग ते दोन तास असो किंवा २४ तास, बादली घेऊन तुम्हाला नदीवर जावे नाही लागत किंवा टँकर मागे रांग लावावी नाही लागत.म्हणून नेहमी पाण्याबद्दल thankful कृतज्ञ रहा.

- तुमचे शरीर हे तुमची इतकी वर्ष तुमची साथ देतंय, त्या शरीराला कधी "thank you" बोललात का? भले आता तुमच्या शरीरात काही आजार असो.पण बाकी अवयव चालतात ना..हृदय चालतय ना इतकी वर्ष, दोन्ही डोळयांनी पाहू शकता ना, हे पाय इतकी वर्ष तुमचे वजन उचलतय ना, शरीरातील प्रत्येक अवयव इतकी वर्ष तुमच्यासाठी काम करतोय ना, अगदी तुमच्या जन्मापासून. त्याला कधी thank you बोललात? गडगंज पैसा असेल आणि शरीर सुधृढ नसेल तर चालेल? करोडपती झालात पण हॉस्पिटल मध्ये आजारी आहात तर चालेल का? नाही ना..मग असं झालं तर समृद्धीचा उपभोग कसा घ्याल? म्हणूनच तुमच्या शरीरातील प्रत्येक अवयवयासाठी दररोज Thankful रहा.

- हा निसर्ग जर तो रागावला, पृथ्वी जर बोलली मी आज फिरणार नाही तर चालेल? ३ ऋतू, झाडे पाऊस, ऊन, वारा या सारख्या निसर्गातील प्रत्येक गोष्टी आपल्याला खूप काही देतात. तर या निसर्गाला कधी धन्यवाद बोललात? तर या निसर्गासाठी दररोज Thankful रहा.

- सकाळच्या टूथ ब्रश पासून ते तुमची नोकरी, व्यवसाय, पैसे, प्रत्येक नाते, आतापर्यंत तुमच्या जीवनातले आनंदी व हसण्याचे क्षण या सर्व गोष्टींसाठी देवाला किंवा तुम्ही ज्या कोणा गुरूला मानता त्यांना thank you बोललात कधी? भले या गोष्टी लहान असतील पण

खरच खूप उपयोगी आहेत. यांच्याकडे दुर्लक्ष करून थँक्यू न बोलून कसं चालेल. निदान तुमच्याकडे या गोष्टी easily available आहेत, कित्येक लोकांकडे त्या नाहीत.

आपण बिझी असतो, आपल्याकडे ज्या गोष्टी नाही आहेत, त्या गोष्टी देवासमोर मांडून त्याबाबत रडत बसण्यात. आपल्याकडे काय कमी आहे, यातच आपण गुरफटून गेलो असतो. थोडक्यात "कमतरता", हो कमतरता याकडेच आपलं सर्व लक्ष असतं. त्यामुळे आकर्षणाच्या नियमानुसार तुम्ही अजून कमतरता आकर्षित करता आणि परिस्तिथी अजूनच बिघडवता.

❖ **Thank You बोलण्याचे फायदे:**

- तुमचे लक्ष "काय नको आहे" यावरून हटून "काय आहे" याकडे जाते.
- तुमचं कमतरतेकडे दुर्लक्ष होते.
- Thank you बोलताना तुमच्या भावना सकारात्मक होतात.
- त्यामुळे तुमचे vibrations high होतात.

आणि त्यामुळे तुम्ही आकर्षणाच्या सिद्धांतानुसार अजून high vibrations चे आनंदी सकारात्मक प्रसंग आणि तसेच सकारात्मक, आनंदी लोक आयुष्यात आकर्षित करतात.

- Thank you बोलण्याचे Logic:
  आणि पुढे मी सांगेनच Thank you बोलताना,
  "wow युनिव्हर्स, मी आनंदी आहे माझ्याकडे परिवाराचे खूप प्रेम, support आहे."
  असे जर feel करून बोलला तर युनिव्हर्स तुम्हाला बोलते, "okay have more." अच्छा, तू आनंदी आहेस आणि तुझाकडे परिवाराचे प्रेम, support आहे, तर अजून घे आनंद आणि अजून परिवाराचे प्रेम आणि अजून support घे."
  आणि मग युनिव्हर्स तुमच्या पारिवारिक आयुष्यात अजून आनंद, अजून प्रेम, अजून support आणतो.

- आणि जर तुम्ही रडत आणि दुखी होऊन बोलला कि, "युनिव्हर्स, माझ्याकडे पैसे नाही आहे."

तर युनिव्हर्स तुम्हाला बोलणार की असे तू दुखी आहे, पैसे कमी आहे तर अजून दुःख आणि पैशाची कमतरता घे.आणि मग युनिव्हर्स तुमच्या आयुष्यात अजून दुःख, रडण्याचे क्षण, पैशाची कमतरता आणतो.

कारण युनिव्हर्सला तुमच लक्ष (फोकस) कोणत्या गोष्टीकडे आहे तेच कळते. युनिव्हर्सला तुमच्या भावना कोणत्या आहेत तेच कळते. ज्या गोष्टीकडे लक्ष (फोकस) असेल, ते grow होणार, त्या गोष्टी वाढत जाणार. so better तुमच्याकडे ज्या गोष्टी आहेत त्यासाठी Thank You बोला wow युनिव्हर्स मी आनंदी आहे thank you माझ्याकडे ....आहे.

❖ **Thank You कसे बोलावे:**

A] एक तर तुम्ही क्षणोक्षणी Thank You बोला:

- जसे सकाळी उठल्यावर तुमच्या घरात टॉयलेट बाथरूम आहे, त्यासाठी Thank You बोला.
- ऑफिसला जाताना कंटाळता तुम्ही पण निदान नोकरी आहे, त्यासाठी Thank You बोला.
- दोन वेळचे अन्न मिळत.त्यासाठी Thank You बोला.खूप लोक आहेत त्यांना ते पण मिळत नाही.
- राहायला घर आहे मग ते कसेही असो लहान, मोठे, भाड्याचे निदान आहे.लोकांकडे ते पण नाही.थंडी पावसात रस्त्यावर झोपतात लोक.
- घरात इलेक्ट्रिसिटी २४ तास आहे.काही लोकांकडे अजूनही नाही किंवा काही वेळ लाईट जाते.
- कमवायला लागायचा आधी आई बाबानी जे पैसे व सोयी दिल्या, त्यासाठी Thank You बोला.
- वायफाय आहे, आहे फोन आहे.त्यासाठी Thank You बोला.

- तसेच पूर्ण दिवसात झालेल्या प्रत्येक गोष्टीला, रिक्षावाला, ट्रेन, ऑफिसमध्ये कोणी मदत केली, घरात मुलीने पाणी आणून दिले, बायको/आई ने चहा, जेवण आणून दिले, प्रमोशनची बातमी, दिवसभरातील आनंददायक घटनांना Thank You बोलू शकता.

B] १०-१५ मिनिटे बाहेर निसर्गात किंवा गार्डन मध्ये जाऊन किंवा तुमचा गच्चीवर किंवा सोसायटीचा खाली जागा असेल तर तिथे जाऊन Thank You बोला:

Thank You बोलताना जसे तुम्ही तुमच्या जवळच्या मित्राशी गप्पा मारत आहात किंवा तुम्ही ज्या कोणा देवाला गुरूला मानता त्याचाशी बोलत आहात, असे बोला.तुम्ही तुम्हाला हव्या असलेल्या गोष्टीही बोलू शकता. जसे आजवर देवाकडे खूप काही मागितले.आता त्याला असेही बोला की आजवर तू जे काही दिलेस त्यासाठी मी समाधानी आहे, Thank You ....हे दिल्याबद्दल, पण हे ही दिलेस तर अजून मज्जा येईल:

- wow Thank You गणपती बाप्पा /युनिव्हर्स, माझ्याकडे आता सायकल आहे.
  I am really very happy about that.
  मी खरेच खूप आनंदी आहे त्याबद्दल, जर activa स्कुटी पण आली माझ्याकडे तर अजून मज्जा येईल.

- wow Thank You गणपती बाप्पा /युनिव्हर्स माझ्याकडे सुदृढ शरीर, मन आहे.
  I am really very happy for that. मी खरेच खूप आनंदी आहे त्याबद्दल, जर माझे शरीर अजून तंदुरुस्त झाले, तर अजून मज्जा येईल. माझी स्किन अजून तजेलदार झाली तर अजून मज्जा येईल. (असे शरीराच्या प्रत्येक अवयवाला Thank You बोला कारण करोडपती झाला आणि शरीर आजारी असेल तर पैशाचा उपभोग कसा घ्याल?)

- wow Thank You गणपती बाप्पा /युनिव्हर्स माझ्या जीवनातील प्रत्येक नात्यासाठी.

  I am really very happy about that, मी खरेच खूप आनंदी आहे. ही नाती अजून घट्ट, आनंदी झालीत तर अजून मज्जा येईल.

- wow Thank You गणपती बाप्पा /युनिव्हर्स या निसर्गासाठी

  I am really very happy for that, मी खरेच खूप आनंदी आहे, निसर्गाकडून आपल्याला बऱ्याच गोष्टी मिळाल्या आहेत त्याबद्दल.

- wow Thank You गणपती बाप्पा /युनिव्हर्स, आता पर्यंत माझ्या आयुष्यात जो काही पैसा आला

  I am really very happy for that, त्यासाठी मी खरंच खूप आनंदी आहे आणि thankful आहे, हा असाच पैसा वेगवेगळ्या मार्गाने नियमितपणे वाढत गेला तर अजुन मज्जा येईल.

असे तुम्ही तुमचा घरात काम करणारी कामवाली, जेवण करणारी बाई, आई, बायको, ऑफिस मध्ये चहा देणारे काका, आतापर्यंत वापरलेला पैसा, आतापर्यंत केलेल्या पिकनिक, अन्न, वस्त्र, निवारा, वायफाय, फोन, लॅपटॉप, light, फॅन, गिझर, ac, वॉशिंगमशीन, नळ, प्लंबर, इलेक्ट्रिशिअन अशा सर्व गोष्टींना thank you बोलू शकता.

आठवा अशा असंख्य गोष्टी आहेत ज्यांना तुम्ही Thank You बोलू शकता, हो आणि दररोज १०-१५ मिनिटे काढा किंवा क्षणोक्षणी बोला. इथे आपण देवाकडे/ युनिव्हर्स कडे स्पष्टपणे काय आहे त्यासाठी समाधानी पण आहोत आणि काय हवे आहे त्यासाठी उत्सुकही आहोत.

पैशाचा प्रवाह तुमच्या जीवनात यायला तुम्हाला दररोज Thank You बोलायला हवे त्याला पर्याय नाही. कारण Thank You बोलून तुम्ही सकारात्मक होतात आणि सकारात्मक विचार आकर्षित करता, पैशाबद्दल योग्य मार्ग, योग्य संधी, योग्य व्यक्ती आकर्षित करता.

ही Thank You बोलायची सवय शेवटच्या श्वासापर्यंत follow करा.

पैसा येईलही पण तो कायम टिकून राहायला ही सवय कधीच सोडू नको आणि फक्त पैसेच नाही, तर तुमची नाती, स्वप्ने त्यासाठी ही सवय एका इमारतीला कसा मजबूत पाया असतो तशा मजबूत पायासारखी ही Thank You बोलायची सवय काम करेल.

३. आकर्षणाचा सिद्धांत
Law of attraction

अजुन एक पाऊल समृद्धिंदकडे
One more baby step towards abundance

जसा गुरुत्वाकर्षणाचा नियम असतो की, झाडावरून सफरचंद पडलं तर ते सफरचंद गुरुत्वाकर्षणाच्या नियमानुसार खालीच पडणार, वर नाही जाणार. मग तुम्ही गुरुत्वाकर्षणावर विश्वास ठेवा किंवा नका ठेवू. पण गुरुत्वाकर्षणाचा नियम काम करणार.अगदी तसेच आकर्षणाचा नियम सतत काम करत असतो.आपण बोलतो ना बऱ्याचदा की एकदा संकट आली की, संकटांची रांगच लागते. असं का होतं? कारण आपण त्या संकटांबद्दल सतत विचार करत असतो, बोलत असतो. आपल्या भावनाही तशा नकारात्मक असतात. आकर्षणाच्या नियमानुसार जसे विचार, जशा भावना तशा व्यक्ती, तसे प्रसंग आपण आकर्षित करत असतो.

कधी कधी आपल्याला वाटतं ना की, आपण एकाच प्रॉब्लेम मध्ये गुरफटून गेलो. बाहेरच पडत नाही.असं का होत? कारण आपले विचार सतत तसेच असतात. आपण जरी सोलुशन बदललं, तरी भावना त्याच भीती, टेन्शनच्या असतात. "आता परत तसंच घडलं तर", अशी सतत भीती वाटत असते. बऱ्याचदा आपण

स्वतः तेच बोलत असतो. तेच विचार करत असतो. त्यामुळे तसेच व्यक्ती, तसेच प्रसंग आपण आकर्षित करत असतो.

आकर्षणाचा सिद्धांत म्हणजे ज्या गोष्टीवर लक्ष केंद्रित कराल, ती गोष्ट वाढत जाईल .ज्या गोष्टीवर दुर्लक्ष कराल ती गोष्ट आयुष्यातून निघून जाईल.

तुमचे "विचार आणि भावना" हे कोणतही स्वप्न पूर्ण व्हायला आणि कोणत्याही प्रॉब्लेममधून बाहेर पडायला खूप महत्त्वाचे असतात.

हे एक उदाहरण देऊन सांगते. आपण आता एक परिस्थिती बघुया. त्यात दोन वेगळे व्यक्ती वेगवेगळ्या प्रकारे सामोरे कसे जातात, ते पाहूया.

परिस्थिती: दर महिन्याचे घराचं भाडं, लाईट बिल, मुलांची फी देणे.

पहिला व्यक्ती असतो, त्याला सतत महिनाभर टेन्शन असतं की घराचं भाडं कसं भरणार, बिलाचे पैसे कसे येणार, मुलांच्या फी चे पैसे कसे येणार. तो सतत भीती आणि टेन्शन खाली जगत असतो की, पैसे कसे मॅनेज होणार आणि त्याच्या महिना कसा जाणार. हा जो पहिला व्यक्ती नेहमीच पैशाची तंगी, पैशाची चणचण याकडेच लक्ष देत असतो.

तर दुसरा व्यक्ती असतो. तो कधीच कसला पैशाचा टेन्शन घेत नाही. जरी कधी पैसे नसले तरी पण" माझ्याकडे खूप पैसा आहे" असच नेहमी बोलत असतो. या व्यक्तीची खूप मोठी स्वप्न असतात. तो नेहमीच त्याच्या श्रीमंत स्वप्नात आनंदाने हरवून जायचा.

तर मग पहिला व्यक्तीला नेहमीच पैशाचा तुटवड्याला सामोरे जावं लागायचं. बिल भरताना प्रॉब्लेम व्हायचं. उलट त्याचे अजून खर्च वाढायचे. बिल वेळेत न भरल्यामुळे जास्तीचा फाईन लागायचा.

तर दुसऱ्या व्यक्तीचा कुठून ना कुठून (चांगल्या मार्गाने) त्याचा पैसा अरेंज होऊन जायचा. मित्रमंडळी, नातेवाइकांकडून सहज होऊन जायचं. उलट त्याची आर्थिक परिस्थिती सुधारू लागली.

तात्पर्य: परिस्थिती काही असो, दुसरा व्यक्ती नेहमी आनंदित राहायचा, श्रीमंत होण्याचे स्वप्न पाहायचा. त्याचे विचार आणि भावना पैशाच्या बाबतीत आनंदी सकारात्मक तर होत्या. पण तो कधीच बोलायचं नाही की त्यांच्याकडे "पैसा नाही आहेत." उलट तो श्रीमंत झाल्यावर कसं आयुष्य जगेल हे आनंदाने कल्पना करायचा. त्यामुळे त्याचा सहज पैशाबाबतीत व्यवस्था व्हायची आणि हळूहळू त्याची आर्थिक परिस्थिती देखील सुधारू लागली होती.

तर पहिला व्यक्ती सतत पैशाच्या कमतरते कडे पैशाच्या चणचणकडे, पैशाचा तुटवडाकडे लक्ष द्यायचा. त्याचं लक्ष, विचार आणि भावना पैशाचा कमतरतेकडे असल्यामुळे त्यांची परिस्थिती अजूनच बिघडत गेली. उलट त्याचा खर्च वाढला.

यावरून कळले असेल कि, आकर्षणाच्या सिद्धांतानुसार, विचार आणि भावना किती महत्त्वाचा असतात. मग तुमची परिस्थिती किंवा तुमचं स्वप्न कितीही मोठे असो.तुमचे विचार आणि भावना कसे आहेत, याकडे लक्ष देण खूप महत्त्वाचं असतं.

~~~~~~
~~~~~~

4. माझी गोष्ट
My Story

अजुन एक माझल सेम्‌ध्दिकड़े

One more baby step towards abundance

1. तुमची (वर्तमानातील) आताची गोष्ट ओळखा:

* **खाजगी आयुष्य: तुमचा परिवार:**
  (तुमच्या परिवारातील तुमची आताची गोष्ट ओळखा)
  Recognize your "what is" in your family life:

आता observe करा कि, तुम्ही तुमच्या मनात (self talk मध्ये), इतरांशी मित्र मंडळी, नातेवाईक यांना तुमच्या परिवाराबद्दल, परिवारातील व्यक्तींबद्दल काय बोलता. तुम्हाला स्वतःला तुमच्या परिवाराबद्दल काय feel होते? जसे सासू-सासऱ्यांबद्दल तक्रार, परिवारातील वाईट घटनांची वारंवार मनात उजळणी, मग तेच तेच आठवून स्वतःला त्रास करून घेणे. असे काही ...

आताच्या क्षणी तुम्हाला कशा भावना आहेत, तुमच्या परिवाराबद्दल, परिवारातील व्यक्तींबद्दल??

जसे एखादी परिवारातील व्यक्ती तुमच्याशी कमी बोलत असेल किंवा बोलत नसेल किंवा कामापुरते बोलत असतील, रागीट असेल तर तेच नकळतपणे आपण

वारंवार स्वतःशी, इतरांशी बोलून जातो. कित्येक फॅमिली मध्ये बाबा-मुलांमध्ये वाद सतत होत असतात.मग त्या घरची आई अगदी कंटाळलेली असते, या सततच्या होणाऱ्या वादामुळे.मग ती सर्व शेजारच्या लोकांना, नातेवाईकांना याबद्दल सतत चिंता व्यक्त करत असते.

टिपणी: आकर्षणाचा सिद्धांत तर तुम्हाला माहितच आहे की, जे सतत बोलाल, ज्या भावनेने बोलाल तसेच प्रसंग, तसेच व्यक्ती तुमच्या आयुष्यात सतत येत जातील.

- **व्यावसायिक जीवन (Professional Life) :**
  (तुमच्या व्यावसायिक आयुष्यातील तुमची आताची गोष्ट ओळखा)
  Recognize your "what is" in your professional life:

आजवर तुमच्या colleague सहकाऱ्याने दिलेला त्रास, खडूस बॉस, चांगला सिनियर. क्लायंटने तुमची तारीफ केली असेल पण ते तुमच्या बॉसला दिसले नाही.पण एखादी चूक झाली तर सर्वांसमोर बॉस बोलून दाखवतो.असे काही किंवा एखादा क्लायंट/ सहकारी /बॉसने केलेले राजकारण, हे सतत तुम्ही तुमच्या मनात किंवा इतरांशी बोलता ती गोष्ट. आम्हालाच खूप काम देतात, अगदी शनिवारी व रविवारी पण काम करून घेतात.अशी तुमची व्यावसायिक professional गोष्ट काय आहे ती observe करा.

- **तुमची प्रकृती: शरीर मन आत्मा**
  (Your Health: Mind Body Soul)
  तुमच्या प्रकृतीची तुमची आताची गोष्ट ओळखा)
  Recognize your "what is" about your health:

स्वतःच्या प्रकृतीबद्दल सतत इतरांना सांगत सुटणे.उदाहरणार्थ माझे ब्लड प्रेशर नेहमी हायच असते, डॉक्टर पण हेच बोलतात किती औषधे दिले तरी असेच होते. म्हातारी लोक असतात ना त्यांचा तर आवडता विषयच असतो की आजारपणाची चर्चा.एक तर स्वतःचे आजारपण, नाही तर दुसऱ्यांचे आजारपण "वय झाले

आता, तर आजारपण येणारच ना, आता ना मला ना आधीसारखी काम झेपत नाही" असे त्यांचे म्हणणे असते.

टिपणी: प्रकृती बद्दल अत्यंत महत्त्वाची गोष्ट म्हणजे जेव्हा तुम्हाला इतरांच्या आजारपणाबद्दल कळते, तेव्हा जगाला सांगत फिरू नका.यामुळे तुम्ही त्यांचे आजारपण अजून वाढवत आहात.शेवटी तुम्हाला काय हव आहे, आता जे लोकं आजारी आहेत, ते लोक बरी व्हावीत, पण तेच तेच सतत बोलला की आकर्षणाच्या नियमांनुसार त्या गोष्टी अजून वाढत जातात. हेच स्वतःच्या आजाराबद्दल पण लागू पडते. स्वतःच्या आजाराबद्दल फक्त डॉक्टरांशी बोला, स्वतःच्या नातेवाईक, नवरा, मूल यांच्याशी चर्चा करू नका.सरळ जे काही असेल ते डॉक्टरला सांगा.आजारपणाबद्दल चर्चा केल्याने ते अजूनच वाढतील.

2. तुमची गोष्ट बदला:

वर आपण पहिले की तुमची सध्याची गोष्ट (what is) आणि आता तुम्हाला तुमची हवी असलेली गोष्ट काय आहे ते पाहू. जर तुम्ही स्वतःची गोष्ट, स्वतः नाही ठरवणार, आहे त्या परीस्थितीवर लक्ष केंदित कराल तर तुमची आताची गोष्ट कशी बदलेल? आकर्षणाच्या नियमाने परत तशाच गोष्टी, तसेच प्रसंग आकर्षित कराल.आता तुम्ही मुद्दाम स्वतःहून, स्वतःची, तुम्हाला काय हवं आहे, ती गोष्ट तयार करा. जर असे नाही केले आणि आहे तेच चालू ठेवल तर तुमची गोष्ट कशी बदलेल? खूप पैसे, समृद्धी, संपत्तीचा भरभराट हे सर्व हवं असेल तर, तुम्ही तुमची गोष्ट बदला. गोष्ट बदलली की, तुमची परिस्थितीदेखील बदलेल. चला तर मग बघूया गोष्ट कशी बदलायची ते.

- **खाजगी आयुष्य: तुमचा परिवार:**
  (पारिवारिक आयुष्यात काय हवा आहे ती गोष्ट तयार करा)
  (change your current family story into expected story)

जर समजा तुमची गोष्ट अशी असेल की तुमच्या परिवारात आई आणि मुलीचं किंवा बाबा मुलांचं सतत वाद होत असतील, त्यामुळे अक्षरशः कंटाळले असतील घरातील बाकीचे मंडळी या सततच्या वादामुळे.तर त्यांनी त्यांची गोष्ट

बदलायची म्हणजेच त्यांनी त्यांना हवी असलेली त्यांची पारिवारिक गोष्ट तयार करायची.You are worthy to get happy family life ही गोष्ट स्वतःला आधी पटवून द्या आणि विश्वास ठेवा की हे शक्य आहे आणि तुम्ही आनंदी पारिवारिक जीवन deserve करता हे कायम लक्षात ठेवा.

नवीन गोष्ट: तुमची पारिवारिक गोष्ट:

"माझे कुटुंब म्हणजे अगदी गोकुळ आहे. म्हणजे अगदी सुखी, आनंदाने भरभराटीने भरलेले. माझ्या घरातील सर्व नेहमीच शरीराने, मनाने आणि आत्म्याने पूर्णपणे सुधृढ, आनंदी असतात. माझ्या घरातील सर्वांना चांगल्या सवयी आहेत. सर्व नेहमी एकमेकांशी सुसंवाद साधतात. सर्व एकमेकांशी खूप गप्पा मारतात आणि जरी वेगळी मतं असतील तरी देखील एकमेकांच्या वेगळ्या मतांचा आदर करतात.माझ्या घरात खूप सारे प्रेम, हास्य आहे.सर्व एकमेकांचा सहवास नेहमी enjoy करतात. सर्व एकमेकांना नेहमी आदर, प्रेम, आधार करतात. सर्व एकमेकांच्या कामाचा, वेळेचा, आवडीचा आदर करतात. सर्वच एकमेकांना स्वतंत्र (freedom) देतात. माझ्या घरात नेहमीच आनंद, सुख-समृद्धी, अन्नधान्य, संपत्ती यांचा भरभराट असतो".

आता तुमचे conscious माईंड तुम्हाला मध्ये अडवेल. प्रश्न विचारेल. पण आता असे कुठे आहे, हे खोटे आहे.तर अशा वेळी तुम्हाला आताची सध्याची परिस्थिती current reality दुर्लक्षित करायची आहे. म्हणजे तुम्हाला "what is" वर लक्ष केंद्रित करायचं नाही तर "तुम्हाला काय हवं आहे?" ("what do you want?") यावर लक्ष केंद्रित करायचे आहे. सुंदर कुटुंबाची ही नवी गोष्ट पूर्ण feeling ने कल्पना करायची. व्वा असे खरेच झाले तर तुम्हाला कस वाटेल, कसे feel होईल ते बघा आणि तशी feeling feel करा. भावना खूप महत्वाची. जर आताची गोष्ट बदलायची असेल तर हे करावेच लागेल. कारण आकर्षणाच्या नियमानुसार जिथे लक्ष केंदित कराल, ते grow होईल.तर आता या क्षणी ठरवा आजपासून मी नव्या गोष्टीवरच लक्ष केंद्रित करेल आणि भावना देखील महत्वाची आहे, कल्पना करा की तुमच्या कुटुंबातील सर्व लोक आनंदाने एकत्र

बसून खूप छान एकमेकांशी बोलत आहेत, हसत आहेत, आनंदी आहेत. सुखी कुटुंबाचे चित्र फील करा, कल्पना करा.

"काश असे असते" अशी कमतरतेची भावना आणू नका. किंवा उतावीळ होऊ नका असे कधी घडेल.उत्सुकतेने कल्पना करा की वाह असे झालं तर किती मज्जा येईल.

- **नवीन गोष्ट: व्यवसायिक जीवन**

माझं ऑफिस बेस्ट आहे. माझा प्रोजेक्ट बेस्ट आहे. माझ्या प्रोजेक्टचे वरिष्ठ बेस्ट आहेत. सर्व मला खूप मदत करतात, खूप सपोर्ट करतात. सर्वांना माझं काम आवडतं. दररोज फक्त दोन-तीन तास ऑफिसचं काम करावं लागतं. मला माझ्या कामाचं नेहमी कौतुकच मिळतं. मला प्रमोशनही लगेच मिळतं. मला ऑनसाईट संधीही सहज मिळते. क्लायंट माझ्या ऑफिसच्या कामावर खूप खुश आहेत. सर्व क्लायंट, माझे सहकारी, वरिष्ठ एकमेकांचे आणि माझा खूप आदर करतात. कामाची पण प्रोसेस एकदम प्रोफेशनल आणि सोप्पी आहे आहे.खूप शिकायलाही मिळतं.काम करताना सर्वच एन्जॉय करतात आणि आठवड्यातील पाच दिवस काम करावे लागते. मला नेहमीच वर्क फ्रॉम होम मिळते.

- **प्रकृती ची गोष्ट:नवीन गोष्ट:**
  - ❖ माझं मन, आत्मा, शरीर दिवसेंदिवस पूर्णपणे निरोगी, फिट, मजबूत होत आहे.
  - ❖ मी नेहमीच खूप आनंदी, उत्साही, energetic असते.
  - ❖ मी माझ्या शरीराचे आभार मानते, त्याने माझी आतापर्यंत खूप साथ दिली.
  - ❖ मी दिवसेंदिवस तंदुरूस्त होत चालली आहे.

- **तुमची सर्वसामान्य गोष्ट:**
  - ❖ नेहमीच योग्य आणि सकारात्मक व्यक्ती, प्रसंग व संधी माझ्या आयुष्यात येतात.
  - ❖ मी नेहमी सकारात्मक, प्रेमळ लोकांच्या सहवासात असते.

- ❖ मी नेहमीच आनंदी आणि सकारात्मक असते आणि माझ्या आजूबाजूचे लोक हे नेहमी आनंदी आणि सकारात्मक असतात आणि ते नेहमीच माझा आदर सपोर्ट ही करतात आणि मला नेहमीच स्वतंत्र (freedom) देतात.
- ❖ आयुष्य खूप सुंदर आहे आणि मी नेहमीच जिथे जाईल तिथे सुरक्षित असते.
- ❖ आयुष्य खूप सोपं आणि सुरळीत आहे.
- ❖ Life is always easy and effortless.

असं प्रत्येक तुमच्या जीवनातील टप्प्याबद्दल गोष्ट बनवा. मग तो नविन व्यवसाय असो की अजून कोणता पैसा येण्याचा मार्ग, प्रत्येक गोष्टीबद्दल अशी नवीन गोष्ट बनवा.

टिपणी:

Before making new story, first understand that you are worthy to have all good things in your life.

नवीन गोष्ट बनवायचा आधी समजून घ्या की तुम्ही worthy आहात, सर्व चांगल्या गोष्टी तुमच्या आयुष्यात येण्यासाठी, तुम्ही श्रीमंत करोडपती, luxurious, classy आयुष्य, श्रीमंत लाईफस्टाईल, श्रीमंत गाड्या, घर, बंगला असं जीवन deserve करता आणि मग नवीन गोष्टी बनवा.

तुम्हाला थोडक्यात काय करायचं:

आधी तुम्ही तुमची आत्ता सध्याची काय गोष्ट आहे ती (identify करा) ओळखा. मग स्वतःला सांगा की तुम्ही worthy आहात, आयुष्यातील प्रत्येक टप्प्यावर भरभराट व्हायला.

1. तुम्हाला काय हव आहे ती नवीन गोष्ट एकदाच फक्त एकदा लिहून काढा.
2. स्वतःला आधी पटवून द्या की हो हे शक्य आहे.

3. कल्पना करा (feel करा)

4. चुकूनही तुम्हाला काय नको आहे यावर बोलू नका.

5. प्रॉब्लेम स्टेटमेंट सतत बोलू नका.

6. या आधी घडलेल्या वाईट घटना बोलू नका, दुसऱ्यासोबत चर्चा ही करू नका, मनातही ती घडलेली घटना परत परत आठवू नका.

7. कमतरतेची भावना, उतावळेपणाची भावना नको.

8. सतत चेक करत राहू नका की माझी इच्छा, माझी स्वप्न पूर्ण झालीत का.

~~~~~~
~~~~~~

5. आताच्या क्षणात नेहमी आनंदी रहा
Always be happy in current moment

अजुन एक पाऊल समृध्दिकडे
One more baby step towards abundance

ही गोष्ट आहे किशोरीची. किशोरी खूप आनंदी, मनमिळाऊ, सतत आनंदी राहणारी व्यक्ती आहे. तिच्या चेहर्‍यावर नेहमी एक गोड स्माईल असतं. ती आणि तिचा नवरा राकेश यांचा अगदी सुखाचा, आनंदी संसार चालू असतो.त्या दोघांच वैवाहिक जीवन अगदी छान सुरळीत चालू असतं.दोघे अगदी आनंदात असतात.

एकदा हे दोघं एका पार्टीला जातात.तर पार्टीमध्ये त्यांना त्यांचे मित्रमंडळी, नातेवाईक भेटतात. गप्पा सुरू होतात आणि त्या गप्पांच्या ओघात एक मैत्रीण तिला सहज विचारते, "काय मग तुझा नवरा तुला खुश ठेवतो?"

काही अंतरावर राकेशही होता, तो त्यांच्या नातेवाईकांसोबत उभा होता.त्याच्या कानावरही तिच्या मैत्रिणींचा हा प्रश्न पडला आणि तो देखील उत्सुक होता की, ही काय उत्तर देते. त्याला माहिती होतं की तिच उत्तर हे, "हो" असणार. मग किशोरी उत्तर देते की, "नाही." सर्व तिचे उत्तर ऐकून आश्चर्यचकित होतात, अगदी राकेश सुद्धा. मग किशोरी पुढे बोलते, "मी स्वतःला आनंदी ठेवते.माझी

खुशी, माझा आनंद कुणावरही अवलंबून नाही. नक्कीच मी खूप आनंदी, खुश आहे. पण माझा आनंद हा राकेशवर म्हणजेच माझ्या नवऱ्यावर अवलंबून नाही. माझा आनंद हा कोणत्याही व्यक्तीवर किंवा कोणत्याही प्रसंगावर अवलंबून नाही. एखादं स्वप्न पूर्ण झालं, तरच मी खूष राहते असं नाही.तर मी नेहमी आनंदी राहते.माझा आनंद हा कोणावर अवलंबून नाही.नक्कीच माझं आणि राकेशच वैवाहिक जीवन खूप छान, सुरळीत चालू आहे.मी कोणत्याही कारणाशिवाय 24 तास आनंदी राहू शकते.माझ्या चेहऱ्यावर कायम एक हसू (smile) असत."

तर या गोष्टीतल्या किशोरी सारखं तुम्हालाही तुमचा आनंद हा स्वतंत्र ठेवायचा आहे.तो कोणावरही अवलंबून ठेवायचा नाही. कोणतीही व्यक्ती, कोणताही प्रसंग, कोणतेही स्वप्न, जसे माझे जर लोन क्लिअर झाल तर मी आनंदी होईल, माझं वैवाहिक जीवन सुरळीत झालं तर मी आनंदी होईल, माझं महिन्याचा भाडे मी देऊ शकले तर मी आनंदी होईल, माझ्या मुलांनी अभ्यास केला तर मी आनंदी होईल.तुम्हाला कळतय का, तुम्ही तुमचा आनंद हा पुढे ढकलत (पोस्टपोन करत) आहात.

समजा उदाहरणार्थ, "पर्वताच्या शिखरावर पोहोचणे" हे समजा तुमचं स्वप्न असेल, तर पर्वताच्या पायथ्यापासून ते पर्वताच्या शिखरा पर्यंतचा प्रवास, प्रत्येक क्षण तुम्हाला एन्जॉय करायला हवा.जर पर्वताच्या शिखरावर पोहोचले की मगच मी खुश होईल.तर पर्वतावर चढताना तुम्हाला अजून जास्त वेळ लागेल. कारण आनंदी नसाल, तर तुमचं लक्ष नको असलेल्या म्हणजेच अजून कधी येणार, कधी पोहोचणार मी शिखरावर? म्हणजे कमतरतेकडे, अभावाकडे सतत असेल आणि आकर्षणाचा सिद्धांत म्हणतो ज्यावर लक्ष केंद्रित कराल ते अजून आकर्षित होईल. जर तुम्ही कमतरतेवर लक्ष केंद्रित कराल अजून कमतरता आकर्षित होईल.म्हणजे प्रवासात काही अडथळे येतील किंवा अजून जास्तच वेळ लागेल शिखरावर पोहोचायला. म्हणून प्रवास एन्जॉय करा.थोडक्यात एंजॉय करणे म्हणजे काय झाल तर आनंदी राहणं आलं.

एखादा मूर्तिकार असतो ना, तो मूर्ती घडवताना प्रत्येक टप्प्याला एन्जॉय करत असतो.सुरवातीला मातीचा गोळा बनवण्यापासून, ते नंतर आकार देणे,

त्यानंतर त्याला रंग लावून पूर्ण परत शेवटी अगदी फिनिशिंग करेपर्यंत.म्हणून उतावीळपणा करण्यापेक्षा उत्सुकता कधीही छान.उत्सुकता असली ना की तुम्ही आनंदाच्या टप्प्यात येतात.म्हणजे असं झालं ना, तर मी तसं करेन. तसं झालं ना तर मी तसं करेल. थोडक्यात उत्सुकता कधीही चांगली, पण उतावळेपणा हा नकारात्मक भाव झाला. तो तुम्हाला तुमच्या स्वप्नापासून अधिकच दूर घेऊन जाईल.

- **न आवडणारे काम करताना देखील कस आनंदी राहायचं:**

जर एखादं न आवडणारं काम करत असाल, तर त्या बरोबर जर तुमचं आवडणारं काम जोडला तर तुम्ही एन्जॉय करू शकतात.म्हणजे मी माझंच उदाहरण देते की, जर घरात एखादं काम असेल फरशी पुसायची असेल तर मी ते गाणी ऐकता ऐकता करते. "फरशी पुसणे" हे न आवडणारे काम, "गाणी ऐकणे" हे आवडणारे काम. थोडक्यात तुम्हाला "क्षणोक्षणी प्रत्येक क्षणी आनंदी राहायचे", हाच तुमचा उद्देश आहे.

- **मला "नेहमी आनंदी रहा" हे कसे कळले:**

2012 पासून मला law of attraction बद्दल माहित झालं. बाबा माझ्या आयुष्यातील सर्वात जवळची व्यक्ती. बाबा कमी एक मित्रच जास्त.दररोज बाबाशी खूप गप्पा असायच्या. एक प्रकारच घट्ट नातं.बाबा गेल्यावर सात्विक रस्ता माझ्या आयुष्यात आला.. बाबां बद्दल न पटणारी घटना अचानक घडली. त्या धक्क्यातून बाहेर येण्यासाठी केलेले प्रयत्न म्हणजे law of attractionचे व्हिडिओ, पुस्तक, आर्ट ऑफ लिविंग ची सुदर्शन क्रिया, मग मी रेकी शिकले. जसं मी सांगितलं मला law of attraction खूप आधीपासून माहिती होतं, पण त्यात एक महत्त्वाची गोष्ट मिसिंग होती, ती मला कळली ती म्हणजे "अंजना रीतोरीया" कडून. "अंजना रीतोरीया" आयुष्यात आली आणि आयुष्य बदलूनच गेलं. Law of Attraction चा खरा अर्थ कळला. मिसिंग गोष्ट कळली, ते म्हणजे नेहमी सतत आनंदी राहणे, खळखळून हसणे. २४ तास हो २४तास, कारणाशिवाय, हो बरोबर वाचलात कारणाशिवाय आनंदी राहणे.

आधी असं व्हायचं, प्रमोशन झालं की आनंदी होईन, मुलांनी अभ्यास केला की मी आनंदी होईन, ऑफिसला सुट्टी मिळाली की मी आनंदी होईन, नातं सुधारलं की मी आनंदी होईल. अंजना रीतोरीया कडून कळलं की कायम २४ तास आनंदी राहायचं. आधी काय व्हायचे, ऑफिस सुटल्यावर मग रिलॅक्स वाटायचं. मग आनंदी वाटायचं. मग पूर्ण दिवसभर ऑफिस असताना, आनंदी नाही वाटायचं, stress, busy, tension वाटायचं. मग अंजना रीतोरियाकडून कळल्यावर मी पूर्ण दिवसभर ऑफिस असताना आनंदी राहायचं ठरवलं. पूर्ण दिवसभर ऑफिस असतानाही आनंदी राहायचे आहे हे मी सतत स्वतःला आठवण करून द्यायचे. आनंदी राहायचा सतत प्रयत्न करायचे.

• **सुरुवातीला मी 24*7 आनंदी राहण्यासाठी कसे प्रयत्न केले:**

सुरुवातीला नक्कीच प्रयत्न करावा लागला, सतत २४ तास खुश राहायला. प्रत्येकाचं स्वतःला खूश ठेवण्याचा मार्ग वेगळा असतो. कुणाला लहान मुलांसोबत आनंद मिळतो, तर कोणाला डान्स करून, तर कोणाला गाणं गाऊन (singing) आनंद मिळतो. अंजना रीतोरियाला जेव्हा कळलं होतं, आनंदी राहायचं, तेव्हा ती तिच्या एका मैत्रिणीच्या लहान बाळासोबत खेळायला जायची. तिचं ऑफिस तिला आवडायचं. म्हणून ऑफिसच्या वेळेत ती खुश असायची. पण बाकीचा वेळ ती लहान बाळाबरोबर खेळायची, त्याच्यासोबत वेळ घालवायची.

असं पूर्ण दिवसभर अंजना रीतोरिया आनंदी रहायची. सुरुवातीला तिला पण आनंदी राहण्यासाठी प्रयत्न करावे लागले.

मी पण सुरुवातीला आनंदी राहण्यासाठी गाणी ऐकायची, गाणी गायची.जेव्हा मी गाणे गाते

तेव्हा मला आनंद होतो.जर मला गाण्याचे बोल माहित असतील, तर तेव्हा मला खूप आनंद होतो.मग माझी स्पंदने Vibrations high जास्त होतात.अंजना रीतोरिया यांनीही सांगितले की, आपल्याला फक्त आनंदी गाणीच गायायची आहेत.आणि वैयक्तिकरित्या मला देखील दुःखी गाणी आवडत नाहीत. माझ्या आवडत्या गाण्यांचे बरेचसे बोल, मला माहित आहे, मग ती गाणी गाताना मला

खूप आनंद होतो.अशाप्रकारे मी गाणी गाऊन आणि ऐकून आनंदी राहण्याचा प्रयत्न केला.

आनंदी राहताना challenging तेव्हाच असतं, जेव्हा एखाद्या प्रसंगाला आपल्याला सामोरे जावं लागतं. जसं ऑफिसमध्ये घरात काही घडलं, की परत स्वतःला कस आनंदाच्या ट्रॅकवर आणायचं, तर मग मी काय करायचे गाणे ऐकायचे, गाणी एन्जॉय करायची आणि परत खुश व्हायची. तसं तुम्ही स्वतःला आनंदी राहायला काय करू शकता ते बघा. सुरुवातीला मुद्दाम आनंदी राहायचा प्रयत्न करा. मग हळूहळू आनंदी राहण्याची सवय होऊन जाईल.

- ### आनंदी राहण्याचे फायदे:

तुम्ही आत्ता, आताच्या क्षणाला आनंदी राहिलात तर तशा व्हायब्रेशन्स, आनंदी व्हायब्रेशन्स निर्माण करता. आकर्षणाचा नियम इथेही काम करतो. आता आनंदी आहात, आनंदी भावनेत आहात, म्हणजे आनंदी विचार करत आहात, तर तुम्ही तसे अजून आनंदी क्षण आकर्षित करता. तसे अजून आनंदाचे विचार, प्रसंग आकर्षित करता.

अब्राहम हीक्सकडून सर्वात महत्त्वाची गोष्ट कळली ती म्हणजे आनंदी राहणं म्हणजेच अलाइनमेंटमध्ये असणं, एकरुप असणं. जर तुम्ही law of attraction वापरत असाल अलाइनमेंट मध्ये २४ तास असणं महत्त्वाचं आहे. यातच सर्व रहस्य दडलं आहे. तुम्ही अलाईन म्हणजे तुम्ही आनंदी. तुम्ही अलाईन म्हणजे तुमच्या ज्या काही इच्छा स्वप्न असतील त्या सर्व पूर्ण करण्याच्या अगदी जवळ पोहोचला. सर्व गणित आनंदी राहण्यावर येऊन थांबते. आणि हेच आहे law of attraction चे सर्वात मोठं रहस्य.

- ### wow you are my favorite:

ही एक खूप छान पद्धत आहे, आनंदी राहण्याची.तुमच्यासमोर एक अप्रतिम, जगातील सुंदर गोष्ट असल्यासारखं समोर असलेल्या वस्तूला, व्यक्तीला मग झाड, दगड असो, आई, बाबा, सहकारी कोणी असो "wow you are my favorite, wow you are beautiful." "व्वा तू माझी आवडती आहेस, व्वा तू सुंदर आहेस."

"असं मनात बोलायचं पूर्ण feel करून बोलायचं. यामुळे नकळतच तुमच्या व्हायब्रेशन्स आनंदी होतील, high होतील. व्हायब्रेशन्स हाय, व्हायब्रेशन्स आनंदी म्हणजे तुम्ही अलाइनमेंट मध्ये. शेवटी तुम्हाला कसं ही करून आनंदी, अलाईन राहायचं.

"wow you are my favorite, wow you are beautiful."
"व्वा तू माझी आवडती आहेस, व्वा तू सुंदर आहेस."

मग मिटींग चालू असो ऑफिसची, की घरी स्वयंपाक करत असाल, काहीही, कुठेही असाल, काहीही करत असाल, एखादी गाडी गेली बाजूने, मनात बोलायचे पूर्ण फिलिंगने बोला की "wow you are my favorite, wow you are beautiful." "व्वा तू माझी आवडती आहेस, व्वा तू सुंदर आहेस."

- **Congratulations and celebrations**

"congratulations and celebrations" हे गाणं तुम्ही ऐकलं असेलच, जर नसेल ऐकलं तर नक्कीच ऐका आणि या गाण्याला तुमच्या जीवनातील एक भाग बनवा. तुम्ही लहानात लहान काही achieve केलं. तर सेलिब्रेट करा. जसं इंस्टाग्रामवर 100 फॉलॉवर झाले, तर सेलिब्रेट करा, ऑफिसमध्ये डील केली तर सेलिब्रेट करा, क्लायंटने कामाचं ॲप्रिसिएशन/ कौतुक केलं तर सेलिब्रेट करा. सेलिब्रेशन म्हणजे दहा रुपयाचा डेरीमिल्क असो की पेस्ट्री असो पण मुद्दा हा पूर्ण आनंदी राहायचं, मजा करायची .याने काय होईल, तुम्ही युनिव्हर्सला सेलिब्रेशन करत आहात हे दाखवून परत तसेच क्षण, परत तसेच व्यक्ती, तसेच प्रसंग तुमच्या आयुष्यात आमंत्रित करत आहात आकर्षणाच्या सिद्धांतानुसार.

अस प्रत्येकाने आपल्या आयुष्यात प्रत्येक क्षणात आनंदी राहायचं.प्रमोशन झालं तर मी आनंदी होईल, पार्टनर मिळाला तर मी आनंदी होईल, माझ्या मुलाने अभ्यास केला तर मी आनंदी होईल.असा तुमचा आनंद कोणताही व्यक्ती,

प्रसंगावर अवलंबून ठेवू नका. तुमच्या आनंदाला तुम्ही स्वतः कारणीभूत आहात. ना कोणी व्यक्ती, ना कोणी दुसरा प्रसंग.

अजून एक महत्त्वाची गोष्ट म्हणजे, खुश राहायचं म्हणजे अजून एक गोष्ट चेहऱ्यावरची स्माईल २४तास ठेवायची. जरी काही झालं तरी एक सवयच लावायची. ती म्हणजे खुश राहायची. स्माईल हा आनंद तसाच ठेवायचा २४ तास. आता तुम्हाला हे कळल्यावर तुमच्या जीवनातील सर्व अडथळे, प्रॉब्लेम्स दिसू लागतील. मग ह्यूमन माईंड, कॉन्शियस माइंड बोलेल हे कसं शक्य आहे? सतत कसं खुश राहायचं?, सतत कशी स्माईल ठेवायची? तर कॉन्शियस माइंड ला strictly बोला "shut up" "गप्प बस".law of attraction चे रहस्य आहे की, आताच्या क्षणी वर्तमान काळात खूश राहिला तर आनंदी क्षण, आनंदी प्रसंग, आनंदी व्यक्ती तुमच्या आयुष्यात आकर्षित कराल आणि नकळतपणे तुम्ही तुमच्या आयुष्यातील सर्व अडथळे, नकारात्मक घटना, नकारात्मक लोक वजा कराल. कारण तुमचा लक्ष तुमच्या प्रॉब्लेम वरून हटून आनंदी राहण्याकडे असेल.

"So be happy in the current moment, that's the secret".
"म्हणून आत्ताच्या क्षणी आनंदी राहणे, हेच रहस्य आहे"

~~~~~~
~~~~~~

6. एकरूपता
Alignment/high vibrations

अजुन एक पाऊल समृध्दिकडे
One more baby step towards abundance

हाल कैसा है जनाब का, क्या खयाल है आपका?

तुम तो मचल गये ओ ओ ओ

युही फिसल गये हा हा हा

हाल हो हाल, कसा आहे, कोणतीही घटना घडली की तुमचा हाल काय असतो? तुमचे विचार, भावना काय असतात? आनंदी, दुःखी, राग, भीती, stress, anxiety. तुम्ही अलाइनमेंट मध्ये असता का? का तुम्ही बाहेर येता अलाइनमेंटमधून? अलाइनमेंट, high vibrations, high frequency म्हणजे काय? तर या तिघांचा अर्थ सारखाच आहे. तर याचा अर्थ काय आहे हे आता पाहू.

आता या क्षणी तुम्ही जिथे पण असाल ऑफिसमध्ये, घरात, स्वयंपाक घरात, मित्र-मैत्रिणींसोबत तुम्ही काहीही करत असाल, मुलांचा अभ्यास घेत असाल, मुलांसोबत खेळत असाल, तेव्हा त्या क्षणी तुम्हाला कसं वाटतय? जर तुम्हाला आनंदी, joyful, उत्साह, excitement वाटत असेल, तर तुम्ही अलाइनमेंट, high vibrations, high frequency मध्ये आहात. एखादा व्यक्ती जर तुमच्याशी वाईट

वागून गेला तर तेव्हा तुमची भावना काय आहे? तुम्ही पण चिडलात, आता तुम्ही अलाइनमेंटच्या बाहेर आलात.असं काही झालं तर विचार करा, नादान आहे, याला law of attraction माहित नाही. पण मला माहित आहे ना, मला खुश राहायचं, मला आनंदी राहायचं.अशा वेळी आनंदी राहायचा प्रयत्न करा, मग तुम्ही अलाइनमेंट मध्ये असाल. तुम्ही जर रागावलात, भडकलात तुम्ही अलाइनमेंटमधून बाहेर आला. तुमच्या vibrations, frequency low कमी झाल्यात.

जर तुम्ही कोणतेही काम करत असाल, जे तुम्हाला आवडत नाही, तुम्ही कंटाळत करत असाल, तर तुम्ही अलायमेंट मध्ये नाही आहात. तेच काम करताना आनंदी राहून केलं, भले तुम्हाला ते काम आवडत नसेल, तर तुम्ही अलाइनमेंट मध्ये आहात. हे झालं high vibrations, low vibrations, high frequency, low frequency, तुम्ही अलायमेंट मध्ये आहात की नाही याची उदाहरणे.

आता अजून एक महत्त्वाची गोष्ट म्हणजे तुमची इच्छा, स्वप्ने यांच्या बाबतीत तुमची अलाइनमेंट, तुमच्या vibrations/frequencies कशा आहेत.

तुमची इच्छा उदाहरणार्थ घर घ्यायची असेल. तर आता या क्षणी चेक करा की तुमच्या भावना काय आहेत. आनंदी, उत्साही, विश्वास आहे की "हे manifest होऊ शकते घर", तर तुमची vibrations/frequencies match होत आहेत, तुम्ही तुमच्या स्वप्नांच्या अलायमेंट मध्ये आहात.पण जर भीती, शंका असेल की होईल की नाही, पैसा जमा होईल की नाही, कसं शक्य आहे असे विचार येत असतील, तर तुम्ही तुमच्या स्वप्नांच्या अलाइनमेंट मध्ये नाही.

आता तुम्हाला घर manifest करायला vibrations/frequencies high कशा करायच्या? तुम्ही तुमच्या स्वप्नांच्या अलाइनमेंट मध्ये कसे याल? तर घर घेतल्यावर तुम्ही काय काय कराल? नातेवाईकांना फोन करून सांगाल की, तुम्ही नवीन घर घेतल. गुरुजी शोधाल आणि पूजेची तारीख ठरवाल. गुरुजींना फोन करून पूजेच ठरवाल. मग सर्वांना आमंत्रण द्याल.हे सर्व करताना जो आनंद, उत्साह असेल, त्या भावना अनुभवा. मग तुम्ही "नवीन घर घ्यायच" या इच्छेबद्दल high vibrations/frequencies ला जाल. हे वरच सर्व चित्र एका सिनेमा सारख खुश होऊन दररोज कल्पना करा. भावना खूप महत्त्वाच्या आहेत, आनंदी-उत्साही भावना.

हे झाले घराचं उदाहरण, असा तुमचा कोणतेही स्वप्न, इच्छा याबद्दल तुमच्या फ्रिक्वेन्सी, vibrations high करू शकता.

पैसे:

लोकांना भरपूर पैसा हवा असतो, पण मनात back of the mind ला सतत पैसा येईल की नाही, कसा येईल. अशी भीती, अभावाची, कमतरतेची भावना असते. हे झाले तुमच्या पैशाबद्दल low vibration.

नातं:

नातं बऱ्याच लोकांना नीट, आनंदी करायचं असतं. पण नातेवाईकांशी, स्वतःशी मनात सतत वाईट घडलेल्या गोष्टींची चर्चा करत असतात. हे झाले तुमच्या नात्याबद्दल low vibration.

प्रकृती:

प्रकृती सुधारायची आहे पण सतत आजाराबद्दल बोलणे. हे झाले तुमच्या प्रकृतीबद्दल low vibration.

तुमच्या स्वप्नां बरोबर तुमची फ्रिक्वेन्सी कशी मॅच कराल?

"कही पे निगाहे, कही पे निशाणा"

हे गाणं तुम्ही ऐकलं असेल.law of attraction च्या भाषेत बोलायचं झालं तर "शब्द एक भावना दुसरी".

- **"तुमच्या इच्छांबद्दल तुमची चुकीची स्पंदनं"** Wrong frequency towards your goals.

    1. तुमची प्रकृती (Your health) :

       विचार व शब्द: मला बरे व्हायचे आहे.

       भावना: (भीती) पण मागे झालो तसं आता मी परत आजारी पडली तर?

2. नातं:

हेतू: मला माझं नातं नीट, आनंदी करायचं आहे.

विचार: सतत वाईट प्रसंगांची आपल्या मनात उजळणी करणे, दुसऱ्या सोबत चर्चा करणे आणि मनातही सतत तेच बोलणे.

भावना: वाईट वाटून घेणे, उतावळेपणा: कधी सर्व ठीक होईल.

3. पैसा:

शब्द व विचार: मला भरपूर पैसा हवा.

भावना: भीती, शंका. (पण कसा येईल, कधी येईल भरपूर पैसा)

तुमच्या इच्छांबद्दल तुमची चुकीची फ्रिक्वेन्सी, चुकीच्या व्हायब्रेशन्स याची हि वरील सर्व उदाहरणे आहेत.

- **"योग्य फ्रिक्वेन्सी तुमच्या इच्छांबद्दल, स्वप्नांबद्दल:"**

तुम्हाला तुमचं स्वप्न पूर्ण झाल्यावर काय वाटेल? कसं वाटेल? तुमच्या नेमक्या भावना काय असतील? wow वाटेल, आनंदी वाटेल, उत्साही वाटेल, सेलिब्रेशन करण्यासारखा वाटेल, बरोबर ना?..या सर्व भावना तुम्हाला आता feel करायच्या आहेत.

उदाहरणार्थ:

1. जर तुम्हाला बाईक manifest करायची असेल. तर बाईक घेतल्यावर तुम्ही काय कराल? तुमची आई दिवा, हळद, कुंकू हे सर्व घेऊन तुमच्या नवीन बाईकला ओवाळेल, नवीन बाईकची पुजा करेल. तुम्ही लगेच तुमच्या जवळच्या व्यक्तीला, आईला किंवा मित्राला घेऊन नवीन बाईकवरून एक राऊंड मारून याल. तो उत्साह, तो आनंद, बाईक घेतल्यावरचा feel करा. हे असं पूर्ण चित्र, सिनेमासारखं तुमच्या मनात कल्पना करा.

2. हॉलीवूडचा प्रसिद्ध अभिनेता जिम कॅरी, जेव्हा प्रसिद्ध नव्हता, तेव्हा तो feel करायचा की, लोकं त्याचा ऑटोग्राफ घेत आहे, लोकांना

त्याची acting आवडत आहे, अनेक डायरेक्टर त्याच्या कामाला पसंती दर्शवतात, त्यांनादेखील त्याचं काम आवडतंय. हे असं पूर्ण चित्र एका सिनेमासारखं जिम कॅरी कल्पना करायचे अनेक वेळा आणि काही वर्षांनी पुढे हे सत्यात देखील उतरल. अगदी जसच्या तसं. ते खरंच प्रसिद्ध झाले. त्यांचं काम सर्वांना आवडू लागलं. हे एक जिवंत उदाहरण आहे. कल्पना करून आणि फील करून आपली स्वप्न पूर्ण करायचं.

चला तर मग वाट कसली पाहता. या दोन्ही उदाहरणावरून तुम्हाला कळलं असेल, तुमची फ्रिक्वेन्सी तुमच्या स्वप्नाबरोबर कशी मॅच करायची. थोडक्यात तुमचं जे काही स्वप्न असेल ते पूर्ण झाल्यावर तुम्ही काय काय कराल ते feel करा कल्पना करा. खूप खुश होऊन आनंदाने उत्साहाने ते चित्र सतत डोळ्यासमोर घालवा.

स्वप्नांबद्दल फ्रिक्वेन्सी high राहण्याचा सोपा मार्ग म्हणजे आधी तुम्ही सतत २४ तास खुश राहायची सवय लावा. चेहऱ्यावरची स्माईल २४तास ठेवा. तुम्ही alignment मध्ये राहा. मग स्वप्नांबद्दल frequency हाय ठेवणे अजून सोप्प जाईल.

It's all about your frequency, so always check your frequency.

हे सर्व काही तुमच्या अलाइनमेंटबद्दल आहे. म्हणूनच नेहमी तुमची अलाइनमेंट चेक करत रहा.

खूप खूप सोप्प्या पद्धतीने आपल्या स्वप्नांबद्दल frequency high कशी ठेवायचे ते सांगितलं.

गोष्टी वापरायला सुरुवात करा, कारण बऱ्याचदा law of attraction बद्दल सर्वांना माहीत असतं, पण त्याचं manifestation न होण्याचं कारण हेच असतं, की ते अलाइनमेंट मध्ये नसतात. म्हणूनच २४तास अलाइनमेंट मध्ये राहा. स्वतःला जर सतत खूष राहायची सवय लावली तर हे खरंच खूप सोप्प आहे.

~~~~~~
~~~~~~

7. तुमच्या आयुष्याच्या प्रत्येक भागात स्वतःची कदर करा

Value yourself in each part of your life

Because You are worthy

अजुन एक पाऊल समृध्दिकडे

One more baby step towards abundance

सकाळी उठल्यावर किंवा दिवसातून जेव्हा जेव्हा आरशासमोर जाल तेव्हा तेव्हा स्वतः, स्वतःचे लाड करायची स्वतःला विशेषणं लावायची.

म्हणजे तुम्ही दोन गोष्टी करू शकता:

1. एक तर स्वतः मध्ये जे गुण आहेत ते बोला:

    *   जसं वा (तुमचं नाव) दीपा तूला स्वतःवर आत्मविश्वास आहे. (you are confident)
    *   वाह दीपा, तु खूप प्रेमळ आहेस.
    *   वा दीपा, तू खूप सुंदर केक बनवते.
    *   वा दीपा मला तुझा अभिमान आहे.
    *   वा दीपा, तू आज वर कठीण प्रसंगी लोकांना मदत केली, त्यांना धीर दिला, त्यांना मोटिवेट केलं.

2. आणि दुसरी गोष्ट तुम्हाला हव्या असलेल्या गोष्टींबद्दल बोला:

- तू नेहमी मुद्देसूद बोलते.
- तू तुझी मत योग्य पद्धतीने मांडतेस.
- तू खूप छान बोलतेस ऐकतच राहावं असं वाटतं.

पण या दोन्ही गोष्टी खूप खूप खुश होऊन आनंदाने, आरशात स्वतःला बोलायचे आहे, ते पूर्ण भावनेने बोलायचे आहे.

Fake it till you make it. (जोपर्यंत तुम्हाला ते मिळत नाही तोपर्यंत ते तुम्हाला आधीच मिळाले आहे तसे बनावट बनवा.)

तुम्ही तुमच्या लाइफ पार्टनर ला कसं प्रेमाने लाड करता आणि त्याला बोलता "लव यू सोना".तसं स्वतःला बोलायचं, स्वत: चे लाड करायचे. स्वतःचे गालगुच्चे घ्यायचे. स्वतःला "आय लव यु" बोलायचे. स्वतःचा सहवास एन्जॉय करायचा आहे.

असं दररोज करायचं आहे हो तुमच्या अखेरच्या श्वासापर्यंत.

मी जशी आहे सर्वोत्तम (best) आहे. थँक्यू यूनिवर्स मला असं सर्वोत्तम बनवल्याबद्दल.

थँक्यू युनिव्हर्स माझ्या अस्तित्वासाठी.

मी देवाची सर्वोत्तम निर्मिती आहे (I'm the best creation of GOD)

आरशासमोरून जाताना स्वतःला हाक मारा, Hi Beautiful.

दिवसेंदिवस तू खूप amazing होत चालली आहेस.

आज वर लाइफ पार्टनर, मुलं, नातेवाईक, मित्रमंडळींची तारिफ केली. आता स्वतःची भरभरून तारीफ करा.

- तुम्ही जर बिझनेस करत असाल, जॉब करत असाल. तर स्वतःला बोला की,

- ○ "वा आज काय कमाल काम केलस."
- ○ "वा आज तू अप्रतिम केक बनवला. "
- ○ "वा यू आर stunning."

पूर्ण फिल करून स्वतःची भरभरून तारीफ करा.

- ज्यांना वजन कमी करायचंय किंवा वजन वाढवायचे आहे त्यांनी तर बोलाच

  - ○ वा तुझे मन, शरीर, आत्मा परफेक्टलि तंदुरुस्त, फीट मजबूत आहे.

- कॉलेजमध्ये किंवा ऑफिसमध्ये ज्यांना असं वाटतं की त्यांना भावच नाही मिळत आहे त्यांनी बोला

  - ○ "वा! तू अद्भुत आहेस" (You are Fabulous)
  - ○ "वा! तू चांगल्या प्रकारे प्रसिद्ध आहेस" (You are famous)

- तुम्हाला तुमच्या बॉस/ पार्टनर/ फ्रेंड यांनी तुमची तारीफ करावी असं तुम्हाला जर वाटत असेल तर स्वतःला बोला की,

  - ○ "वा तू आज कमाल deal crack केलीस वेल डन, मला तुझा अभिमान आहे."
  - ○ "वा तू ऑफिस संभाळून घर संभाळते, वा यु आर अमेझिंग."

करा करा तारीफ करा.जीवनाच्या प्रत्येक भागात स्वत: स्वतःची तारीफ करा. तुम्ही present moment मध्ये स्वतःची तारीफ करायची सवय लावा.जे काम कराल त्या कामाबद्दल स्वत: स्वतःची तारीफ करा . पूर्ण फील करून करा. स्वतःला शाबासकी द्या.मग बघा कसं तुम्ही कस जग जिंकता.

स्वतःला हे जाणून द्या की, जीवनातील प्रत्येक टप्प्यात तुम्ही अगदी best आहात. स्वतःला कधीच कमी लेखू नका.स्वतःचा आदर करा. स्वतःची किंमत

करा. स्वतःला किंमत द्या. मग जग तुमचा आदर करेल, तुमची किंमत करेल. स्वतःच जर स्वतःला किंमत नाही दिली, तर जग तरी का देईल.

- संपत्तीचा भरभराट:

स्वतःला प्रश्न विचारा की, तुम्हाला वाटतं का तुम्ही गडगंज श्रीमंत होणं, करोडपती होणे, बंगला, गाडी मोटार, luxurious lifestyle, विदेश यात्रा हे सर्व तुमच्याकडे येऊ शकते असं वाटतं का? तुम्ही हे सर्व deserve करता, असं तुम्हाला वाटतं का? तुम्ही गडगंज श्रीमंत होण्यासाठी स्वतःला लायक (worthy) समजता का? जर तुम्ही आता जॉब करत असाल, या आधी जर fresher म्हणून काम करत असाल आणि आता तुम्हाला बर्‍यापैकी २, ३ वर्षांचा अनुभव आला असेल, तर तुम्हाला वाटतं की तुम्ही वरच्या पोस्टला जाण्यासाठी worthy आहात?

याचे उत्तर आहे "हो",

"तुम्ही श्रीमंत होण्यासाठी, विलासी जीवनशैली जगण्यासाठी पात्र आहात."

("You are worthy to be rich, wealthy, to live a luxurious lifestyle.")

तुमचे उत्तर असला पाहिजे की, "हो, मी worthy आहे वरच्या पोस्टला जाण्यासाठी."

हे स्वतःला पटवून द्या की, हो मी यासाठी लायक आहे आणि "हे शक्य आहे", यावर माझा विश्वास आहे.आणि मग पैशासाठी लॉ ऑफ अट्रॅक्शन वापरायला सुरु करा.

८. सकारात्मक गोष्टींची यादी
List of positive aspects

अजुन एक पाऊल समृध्दिकडे
One more baby step towards abundance

प्रत्येक प्रॉब्लेमचा एक उपाय म्हणता येईल, म्हणजे जर तुम्ही कोणत्याही अडचणीत असाल आणि ती परिस्थिती अजून सुधारायची असेल किंवा तुम्हाला तुमची स्वप्न, इच्छा पूर्ण करायचा असतील, तर List of positive aspects म्हणजे त्या परिस्थितीचा सकारात्मक गोष्टींची यादी करायला सुरुवात करा.

उदाहरणार्थ:

1) घर: समजा तुम्ही आता भाड्याच्या घरात राहत आहात आणि तुम्हाला नवीन स्वतःच घर विकत घ्यायच स्वप्न आहे, पण तुम्हाला आता राहता ते घर आवडत नाही. लहान आहे किंवा घर मालक त्रास देतात. तरी तुम्हाला त्या आताच्या भाड्याच्या घरच्या चांगल्या गोष्टी शोधायच्या आहेत.

1. आता माझ्या डोक्यावर निदान छत आहे. पावसात, थंडीत निदान रस्त्यावर तरी राहावे नाही लागत आहे.
2. आता माझ्या घरात टॉयलेट, बाथरूम आहे. कित्येक लोकांना पब्लिक टॉयलेट मध्ये जावं लागतं. निदान मला ते तरी नाही कराव लागत.

3. माझ्या आताच्या घरात २४ तास वीज आहे.

4. माझ्या आताच्या घरात पाणी येते. मग ते २४ तास असो की थोडा वेळ.

असे प्रत्येक दिवशी दहा चांगल्या गोष्टी शोधायचा आहेत, तुमच्या आताच्या घराबद्दल. तुमच्या भावना आत्ताच्या घरासाठी सकारात्मक करायचा आहेत. हा या मागचा उद्देश आहे. जर आताच्या घराबद्दल नकारात्मक गोष्टी बघत राहिलात, तर तुम्ही घराबद्दल low vibrations निर्माण करत आहात. म्हणूनच मग नवीन घर घेण्यामध्ये पण अडथळे येतील. कारण आता युनिव्हर्सने जे तुम्हाला घर दिले त्याला तुम्ही नाव ठेवता आणि तुमच्या घरा बद्दल चा vibrations low करत आहेत, मग अशा low vibrations मध्ये नवीन घर तरी कसं येईल.

हे झालं घराचं उदाहरण. हेच तुम्ही तुमच्या कोणत्याही इच्छेसाठी, स्वप्नासाठी, समस्येसाठी, नात्यासाठी करू शकता.

2) नातं:

मग ते नातं सुधारायचं असेल, तरी तुम्ही सकारात्मक गोष्टींची यादी करू शकतात. या व्यक्तीबद्दल दररोज १० चांगल्या गोष्टी, सकारात्मक गोष्टी शोधायचा आहेत. हे करताना दिवसभर त्या व्यक्तीबद्दल राग न करण्याचा प्रयत्न करा. त्यांच्या बरोबर आतापर्यंत झालेल्या वाईट अनुभवांची मनात उजळणी करू नका आणि दुसऱ्यां सोबतही त्याबद्दल चर्चा करू नका. आठवा ती प्रत्येक लहान गोष्ट आठवा जी त्याने किंवा तिने तुमच्यासाठी केली असेल, जसं खालून दूध आणून दिले, दिवसभरात निदान दोन मिनिटं तरी तुमच नीट बोलणं झालं. तर त्या दोन मिनिटांबद्दल आभार माना, दोन मिनिटांना तुमच्या सकारात्मक यादीत सामील करा. असं दररोज दहा गोष्टी शोधून काढा. आता जर तुम्हाला काहीच सापडत नसेल, आता काय लिहू दहा सकारात्मक गोष्टींमध्ये..., तर मग लिहा त्याचे डोळे चांगले आहेत (निदान दोन्ही डोळ्यांनी पाहू शकतो), त्याला किंवा तिला व्यवस्थित ऐकू येतो (निदान कानांचा काही समस्या

नाही, निदान काही शारीरिक व्यंग नाही), असे शरीराचे अवयव चांगले असतील तर त्यांनाही तुम्ही सकारात्मक यादीत सामाऊ शकता. दिवसातून एकदा जेव्हा तुम्ही यादी लिहितात, ती लिहून झाल्यानंतर, दिवसभर मनात त्यांच्याबद्दल मनात किंवा इतरांशी वाईट बोलू नका.

• **सकारात्मक गोष्टींची यादी का करावी?**

याचे उदाहरण देते पण तुम्ही हे करू नका. एक वही घ्या. मध्यभागी एक रेषा मारा. ज्याने दोन भाग होतील. डाव्या बाजूला तुमच्याकडे आता असलेल्या गोष्टी लिहा आणि उजव्या बाजूला तुमच्याकडे नसलेल्या गोष्टी लिहा.

जसं असलेल्या गोष्टींचा यादीमध्ये तुम्ही लिहिलात की, कुटुंब, आई, बाबा, घर, दोन वेळचं अन्न, नोकरी, टीव्ही, एसी.

आणि नसलेल्या गोष्टींचा यादी तुम्ही लिहिलात कार, लॅपटॉप, बाईक, लाईफ पार्टनर.

आता जर मी तुम्हाला म्हटलं, की पुढचा एक महिना तुम्ही फक्त तुमच्या नसलेल्या गोष्टींकडे लक्ष केंद्रित करा आणि तुमच्याकडे असलेल्या गोष्टींकडे लक्ष देऊ नका. एक महिन्यानंतर तुमच्या लक्षात येईल की तुम्ही सतत नसलेला गोष्टींकडे बघितल्यामुळे, तुमच्याकडे असलेल्या गोष्टीही नसलेल्या गोष्टींच्या यादीत येतील. म्हणजे तुम्ही असलेल्या गोष्टीही गमवाल. हे असं का होईल? कारण आकर्षणाच्या सिद्धांतानुसार तुम्ही ज्या गोष्टींवर लक्ष केंद्रित कराल त्या गोष्टी वाढत जातील, तर ज्या गोष्टींकडे दुर्लक्ष कराल, (thankful राहिला नाहीत) तर त्या असलेल्या गोष्टीही तुमच्या आयुष्यातून निघून जातील.

म्हणून सुरुवातीलाच सांगितलं हे करून पाहू नका. पण यातून धडा नक्कीच घ्या की, सतत ज्या गोष्टी नाही आहेत त्यावर लक्ष केंद्रित करू नका. कारण तुमचं लक्ष अभावाकडे, कमतरतेकडे आहे, तर कमतरता वाढत जाईल आणि असलेल्या गोष्टीही गमवाल. कारण असलेल्या गोष्टींकडे दुर्लक्ष केले, त्याबद्दल thankful नाही राहिलात.

सारांश:

- जेवढ्या सकारात्मक गोष्टी शोधाल, त्या व्यक्ती, प्रसंग आकर्षणाच्या नियमानुसार वाढत जातील.

- चला तर मग आजपासून ठरवूया समोर आलेला प्रत्येक व्यक्ती, प्रत्येक प्रसंग, जीवनातील प्रत्येक भाग यातील सकारात्मक गोष्ट शोधायचा प्रयत्न करू, किंवा जे चांगला आहे, व्यक्ती बाबतीत किंवा प्रसंगात तेवढंच बघू (जे काही वाईट असेल समोरच्या व्यक्ती किंवा प्रसंगात ते दुर्लक्षित करू) जेणेकरून आकर्षणाच्या नियमानुसार सकारात्मक गोष्टीच वाढत जातील.

- तुमच्या जीवनातील पुढील भागांबद्दल तुम्ही सकारात्मक गोष्टींची यादी करू शकता: मैत्री, प्रेम, पैसा, करियर, प्रकृती, प्रॉब्लेम, स्वप्न.

- जो जीवनातील भाग तुम्हाला सुरळीत करायचा आहे, त्याबद्दल दररोज सकारात्मक यादी करायला घ्या.

९. स्वतःला पहिले महत्त्व द्या
Serve Yourself First

आज जर मी तुम्हाला विचारलं की तुमच्यासाठी सर्वात महत्त्वाचं नातं कोणतं आहे? तर तुमच्या पैकी बऱ्याच लोकांचे उत्तर असेल लाइफ पार्टनर, मुलं, आई-बाबा, मित्रमंडळी.

तर तुमचं सर्वात महत्त्वाचं नातं हे "स्वतः शी" असले पाहिजे. कारण शेवटच्या श्वासापर्यंत तुमची साथ कोण देणार? तर ते म्हणजे तुमचं शरीर, मन आणि आत्मा. आणि स्वतःला महत्त्व देणं म्हणजे आपण स्वार्थी होत नाही.

आपण आपल्या घरात आपली आई, काकी, आत्या, मावशी, ताई यांना पाहिले असेलच, त्या ना स्वतःला विसरूनच जातात, घरात सर्वांची काळजी घेतात पण स्वतःची काळजी घ्यायला विसरूनच जातात.

"तू एक बायको आहेस"

"तू एक आई आहेस"

याचा अर्थ असा नाही की "रांधा, वाढा, उष्टी काढा" इतकच तुझं आयुष्य आहे. मी इथे फेमिनीझम (स्त्रीवाद) आणत नाही. मुद्दा हाच आहे आपण आपल्या

कुटुंबात बर्‍याचदा पाहिलं असेल की आई बर्‍याचदा शेवटी जेवते, शिळं खाते. घरात पाहुणे आले की, सर्वांना खाऊ घालते, परत एकदा खाऊ घालते, पण स्वतः उरलं तरच खाते. त्या सर्वांचं करताना स्वतःची काळजी घेतच नाही. थोडक्यात स्वतःच्या जेवणाची आरोग्याची काळजी घेत नाही.

तर तुम्हाला स्वतःला पहिलं प्राधान्य द्यायचं आहे, स्वतःला (priority no 1) अग्रस्थानावर आणायचं आहे. म्हणजे काय करा. एक यादी करा, तुमच्या आयुष्यातली महत्वाची दहा लोक. त्या यादीत पहिलं नाव स्वतःच लिहा आणि आज पासून स्वतःला महत्त्व द्या.स्वतःची काळजी घ्या.

कारण समजा उदाहरणार्थ तुमच्याकडे शेजारच्या काकू आल्या, साखर मागायला आणि तुमच्याकडे नसेल तर तुम्ही देऊ शकता का? तसंच तुम्ही जर स्वतःला प्रेम नाही दिलं तर दुसऱ्यांना कस देऊ शकता? तुम्हीच आजारी पडला आणि जर स्वतःची काळजी नाही घेतलात तर दुसऱ्यांची काळजी घेऊ शकता का?

कोणी काहीही म्हटलं कितीही वाद घातला तरी त्याचा राग जेवणावर काढायचं नाही किंवा "एवढा वाद होऊनही तू जेवतेस", असं कोणी बोलेल याचा विचार करू नका. काही झालं तरी स्वतःच्या जेवणाची काळजी घ्या, वेळेवर जेवा, शरीरासाठी कोणताही व्यायाम, योगा करा, श्वासोच्छवासाचा व्यायाम, प्राणायम, मनासाठी ध्यान (meditation) करा.

स्वतःला प्रेम करायला कोणी आजवर शिकवलंच नाही. आरशात जाऊन स्वतःची तारिफ करा. स्वतःची हो स्वतःची दररोज तारीफ करा.

एका लहान मुलाची काळजी कशी घ्याल, तशी स्वतःची काळजी घ्या. किंवा आपला लाइफ पार्टनरने आपली जशी काळजी घ्यावी, जसे लाड करावे, जसे प्रेम करावे असं वाटत असेल, तसं स्वतःला treat करा. तशी वागणूक स्वतःला द्या.

कधी आपल्या जवळच्या मित्राला वाईट वाटलं, तर आपण कसं त्याला समजावतो की, "काही नाही रे वेड्या, होईल सर्व नीट, relax, tension नको घेऊस, हा ही क्षण निघून जाईल." तसंच काही झाल्यावर स्वतःला सांगा समजवा की, "होईल सर्व नीट relax, हा ही क्षण निघून जाईल"

कधी राग आला तर स्वतःला सांगा की तू फक्त आणि फक्त आनंद deserve करतोस.

एखादी परिस्थिती अशी आली की काय करावं काही कळत नसेल, तर स्वतः, स्वतःला relax करून त्यातील सकारात्मक बाजू समजून फक्त उपायाचा विचार करा. "काय हवं आहे" यावरच लक्ष केंद्रित करा. आता सध्या काय आहे? काय परिस्थिती आहे? याचा विचार करू नका. कारण तशाच परिस्थिती परत आकर्षित कराल. जर मन नकळतपणे वारंवार त्याच त्याच घटना उजळणी करत असेल तर थांबवा. विषय बदला दुसऱ्या गोष्टीवर लक्ष केंद्रित करायचा प्रयत्न करा.

कधी छान काम केलं तर स्वतः, स्वतःला मिठी मारा wow यार, काय छान काम केलंय बोलून स्वतःची तारीफ करा.

स्वतःवर प्रेम करण्याची, स्वतःचे लाड करायची एकही संधी सोडू नका. स्वतःला भरभरून प्रेम द्या, असं केलं तर आकर्षणाच्या नियमानुसार भरभरून प्रेम आकर्षित कराल.

~~~~~~
~~~~~~

10. माझ्या आजूबाजूच सर्व सर्वोत्तम आहे
My surroundings are always best

अजुन एक पाऊल समृद्धिदकडे

One more baby step towards abundance

जसं मी काही सवयी लावायला सांगितल्या, तशा काही सवयी सोडायच्याही आहेत.

- लहान सहान गोष्टींवर अधीर, उतावीळ होणे.
- कोणी तुमच्याशी वाईट वागत असेल, ते सतत मनात किंवा दुसऱ्याला सांगणे.
- कुठेतरी लवकर पोहोचायचं आणि ट्राफिक लागलं की चिडचिड करणे.
- सतत तक्रार करणे, मग ती ऑफिसच्या क्लायंटचे असो, सासु सुनेचे असो किंवा घरच्या कुणाचे
- स्वतःच्या आजाराबद्दल चर्चा करणे (डॉक्टरांना सांगा जे काय असेल ते) इतर नातेवाईक मित्र मैत्रिणी सोबत चर्चा करू नका.
- सतत वाद घालणे, राजकारण बद्दल राग व्यक्त करणे.
- समोरचा कसा चुक, मी कसा बरोबर हेच सतत सांगून चिडचिड करणे.
- सतत भीती आणि रागात राहणे. जीवनाच्या प्रत्येक टप्प्यावर एक प्रकारची "भिती" असं झालं तर, तसं झालं तर सतत भितीमध्ये जगणं.

- स्वतःच्या मनाविरुद्ध झालं की त्रागा करणं.
- दुसऱ्यांच्या आयुष्यात काय चाललंय हे मंजे घेऊन गप्पा मारणे, gossip करणं. ("माहिती आहे त्यांच्याकडे काल भांडणं झाली.") बिल्डींग मधल्या बायका करतात, माहित आहे त्यांच्या घरी काय झालं, यापेक्षा ही एनर्जी तुमचे जे काही स्वप्न असतील त्याच्यावर लक्ष केंद्रित करा.
- उगाच काहीतरी खोटं सांगून एकमेकांमधील भांडणे लावून देणे.
- अपमानास्पद बोलणे
- दिवसभरात घडलेल्या वाईट गोष्टींचा सतत चिंतन करणे, दुसऱ्यासोबत चर्चा करणे आणि मनात सतत त्याची उजळणी करणे.
- दुसऱ्यांच्या आजाराविषयी जर कळलं तर ते इतरांना सांगत सुटण. इतरांशी त्यांच्या आजारांची चर्चा करण. (यामुळे तुम्ही त्यांचा आजार दुसऱ्यांना सांगून co-create करत आहात, त्यांचा आजार अजून वाढवत आहात, यामुळे आजारी माणसाच तुम्ही अजूनच नुकसान करत आहात.)
- कोणतीही समस्या असो किंवा तुमचं स्वप्न: आता तुम्हाला काय नको आहे याबाबत विचार करणे.
- स्वतःलाच unlucky, looser सारखं बोलणे.

वरील सर्व गोष्टी आज पासून बंद करायच, असे स्वतःला वचन द्या.

"माझ्या आजूबाजूचे लोक नेहेमी प्रेमळ आणि सकारात्मक आहेत. मला नेहमी माझ्या आजूबाजूच्या लोकांकडून प्रेम, आदर, स्वतंत्र (freedom) मिळते."

हेच आणि फक्त हेच तुमचं ब्रीदवाक्य असले पाहिजे. जरी आता अस नसेल, तुमच्या आजूबाजूचे लोक प्रेमळ आणि सकारात्मक नसतील, तर त्यांच्या नकारात्मक वाईट गोष्टींकडे लक्ष देऊ नका. कारण तुम्ही लक्ष दिले, तर त्यांच्या नकारात्मक गोष्टी तुमच्या आयुष्यात वाढत जातील. तर त्यांच्या चांगल्या गोष्टींकडे लक्ष द्या. आजपासून आतापासून ठरवा की, माझ्या समोर येणारा प्रत्येक व्यक्तीच्या चांगल्याच गोष्टी बघणार, म्हणजे त्याच्या चांगल्याच गोष्टी तुमच्या आयुष्यात वाढत जातील.मग भले तो दुसऱ्यांशी केसाही वागू दे, पण

तुमच्याशी चांगलच वागेल. तशा प्रसंगातून बाहेर यायला त्या व्यक्तीच्या, त्या प्रसंगातील सकारात्मक गोष्टींची यादी करा.

वरील सर्व गोष्ट बंद करून wow method वापरायला चालू करा.

"तक्रार करणे बंद करा, wow method वापरायला सुरू करा."

wow method सुरू करण्याआधी स्वतःला आणि दुसऱ्यांना माफ करा. ते कसं करायचं, का करायचं हे मी येणाऱ्या धड्यात दिलेच आहे. थोडक्यात माफ केल्यामुळे मन शांती आणि आनंद मिळतो.

Wow Method:

1. व्यक्ती:

तुम्ही आता घरात असाल किंवा ऑफिसमध्ये असाल.समोरचा माणूस कितीही रागवला असेल, चिडला असेल तर दुर्लक्ष करून त्याला माफ करा. कारण त्याच्या जीवनात असं काही झाल असेल त्याच्यामुळे तुमचा मूड घालवू नका. तुमचं रक्त आटवू नका. तुमचे vibrations low करू नका. तुमच्या आनंदाला जराही धक्का लागता कामा नये. (नक्कीच कोणत्याही प्रकारची हिंसा सहन करू नका, तो मुद्दा वेगळा आहे.) कोणत्याही व्यक्तीला भेटायच्या आधी त्याच्याबद्दल चांगल feel फिल करा, wow, you are best, देवा याच भल कर, त्याच्यासाठी जे योग्य असेल ते त्याच्या जीवनात घडू दे. असं बोलून त्याला bless करा. मग भलेही तुमच्यात कितीही वाद असो. कोणाबद्दलही वाईट भावना ठेवू नका, माफ करा, bless करा, पुढे जा. तुमच्या vibrations low करायला त्या व्यक्तीला कारणीभूत ठरवू नका.

- कोणालाही भेटण्याआधी दोन मिनिटं मनात समोरच्या व्यक्तील मनात बोला, "wow तू बेस्ट आहेस."
- त्याला blessings द्या, "देवा याच सर्व चांगलं कर .याच्यासाठी जे योग्य असेल ते कर."

हे आतापासून प्रत्येक समोर येणाऱ्या माणसांसाठी मनात बोला.

2. परिस्थिती:

तुमच्या समोरची परिस्थिती तुमच्या मनासारखी नसली.

उदाहरणार्थ:

जर तुमच्या मुलांनी अभ्यास नाही केला आणि मग तुम्ही मुलांवर राग, निराशा व्यक्त केली तर परिस्थिती अजून बिघडेल. तर अशी परिस्थिती तुम्ही कशी सुधाराल:

- कोणतीही परिस्थिती आली तरी मी आनंदिच राहील.
- दीर्घ श्वास घ्या चार-पाच वेळा, किंवा चार-पाच मिनिटे, स्वतःला शांत करा.
- wow, जर ही परिस्थिती सुधारली तर? जर मुलांनी अभ्यास केला तर? अभ्यास दररोज नाही केला, पण स्वतःच्या वेळेनुसार स्वतःहून अभ्यास केला तर? कधीतरी अभ्यास करून देखील चांगले गुण मिळाले तर? त्याला किंवा तिला ज्या विषयात आवड आहे, ते विषय जरी स्वतःहून केले तर? असे त्या परिस्थिती संबंधित स्वतःला समाधान देणारे (solution oriented) अनेक प्रश्न विचारा.
- "मला नको आहे त्याने सतत खेळत बसणे आणि अभ्यासाकडे दुर्लक्ष करणे", तुम्हाला काय नको आहे हे बोलू नका.
  (तुम्हाला काय माहित त्या खेळात तो एकदम उत्तम असेल. त्यातच त्याचं उज्वल भविष्य दडल असेल.)
- एखाद्या विषयात त्याला कमी गुण मिळाले असं काही घडलं तर तेच तेच सतत आठवू नका, यामुळे तुम्ही तशाच अजून परिस्थिती निर्माण करत आहात.
- "मला तो किंवा ती पास होऊन शेवटी त्याला योग्य, त्याला आवड असलेलं करियर करता येऊ दे, त्यात तो यशस्वी होऊ दे, सर्व चांगल्या सवयी कायम त्याला असू दे. त्याला चांगली संगत लाभू दे. माणूस म्हणून उत्तम असू दे, त्याच्यात माणुसकी असू दे".

- असं तुम्हाला नेमकं काय हव आहे हे ठरवून, तसं घडलं तर तुम्हाला कसं feel होईल, त्या feeling ने दररोज कल्पना करा.

सारांश:

स्वतःला वचन द्या, अशा परिस्थितीत:

- मी अलाइनमेंट मध्येच राहील, म्हणजे मी आनंदी राहण्याचा प्रयत्न करेल.
- दीर्घ श्वास घ्या.
- wow ही परिस्थिती सुधारली तर काय घडेल, मग मी काय करेन, मग आजूबाजूची लोकं काय करतील? असे स्वतःला सकारात्मक उत्तर द्या.
  (काय हवं आहे याचा विचार करा.) यामुळे तुम्हाला उपाय मिळेल.
- काय नको आहे यावर लक्ष केंद्रीत करणार नाही.
- घडलेली वाईट घटना स्वतःला आणि दुसर्‍या सोबत चर्चा करणार नाही.
- ती घटना घडल्यानंतर, काही वेळाने कल्पना करा की wow ती परिस्थिती सुधारली आहे आणि त्याबद्दल तुम्ही खूप खुश आहात. अस पूर्ण feel करून आनंदाने कल्पना करा.

हे मी तुम्हाला, एका परिस्थितीचं उदाहरण देऊन सांगितलं की, तुमची परिस्थिती कशी सुधारायची. मग तुम्ही कोणत्याही परिस्थितीत असाल, तर ती तुम्ही अशी सुधारू शकता.

तुम्ही जिथे कुठे असाल, कायम सतत मनात बोला की,

"माझ्या आजूबाजूचे लोक नेहेमी प्रेमळ आणि सकारात्मक आहेत. मला नेहमी माझ्या आजूबाजूच्या लोकांकडून प्रेम-आदर मिळतो."

आणि विश्वास ठेवा, असं केल तर आजूबाजूची लोकं तुमच्याशी सकारात्मक वागतील किंवा नकारात्मक लोकं तुमच्या आयुष्यातून निघून जातील.

~~~~~~
~~~~~~

11. शब्द जरा जपून

Be Careful while using words

अजुन एक पाऊल समृध्दिकडे

One more baby step towards abundance

तुमची गोष्ट काय आहे? तुमची गोष्ट म्हणजे खाजगी आयुष्यातील गोष्ट, ऑफिसमधील गोष्ट, बिजनेस मधील गोष्ट, स्वतः बद्दलची गोष्ट.

नाही कळलं? तुमची ती गोष्ट जेव्हा तुम्ही तुमच्या दैनंदिन जीवनात ऑफिसमध्ये असता तेव्हा तुम्ही जी सहकार्या बरोबर शेअर करता, आज बॉस बरोबर असं झालं तसं झालं. आज ना माझ्यासोबत ऑफिस मध्ये असं झालं, आज ना क्लायंट मिटींगला असं झालं, तुमची दररोजची गोष्ट. तुम्ही जेव्हा नातेवाईकांना भेटता गेट-टुगेदरला, तेव्हा तुम्ही जेव्हा तुमची गोष्ट शेअर करता. तुमची, "तुमच्या मुलांबद्दल की मुलं अजिबात ऐकत नाही, अभ्यास करत नाही, आजकालच्या मुलांना कसलीच किंमत राहिली नाही, सर्व सहज मिळत ना" अशी गोष्ट. नकळतपणे कोणी जर नातेवाईक आजारी असेल तर त्याच्या आजारपणाची गोष्ट तुम्ही शेअर करता. स्वतःबद्दल काही किस्से घडले असतील चांगले-वाईट ते तुम्ही शेअर करतात,   ती तुमची गोष्ट. दैनंदिन दिवसात

वेगवेगळ्या टप्प्यावर (खाजगी, व्यवसायिक, मित्र-मैत्रिणींसोबत, स्वतःबद्दल) तुमची रोजची ती गोष्ट.

या रोजच्या गोष्टीमध्ये तुम्ही काय बोलतात ते खूप महत्त्वाचे आहे. कारण त्याचा तुमच्या आयुष्यावर तेवढाच महत्त्वाचा परिणाम होत असतो. (लॉ ऑफ अट्रॅक्शन) आकर्षणाचा सिद्धांत म्हणजे फक्त "सकारात्मक बोलायचं एवढंच ना" असं बऱ्याच लोकांना वाटत असतं.

पण आज मी तुम्हाला एक गोष्ट सांगणार आहे. ती गोष्ट ऐकल्यावर तुम्ही नक्कीच तुमचे शब्द जपून वापराल. तुमच्या दैनंदिन जीवनात तुम्ही वाईट गोष्ट शेअर करताना हजार वेळा विचार कराल. कारण तेवढेच गंभीर आणि महत्त्वाच आहे. तुमच्या नकळत तुमच्या शब्दांचा तुमच्या आयुष्यात खूप वाईट, गंभीर परिणाम होत असतो आणि याची तुम्हाला जाणीव नसते. ते आपण आता या गोष्टींमधून शिकणार आहोत.

पण ती गोष्ट चालू करण्याआधी, आपण दैनंदिन जीवनात कसं बोलतो, कोणत्या गोष्टी शेअर करतो, शब्द कसे वापरतो ते बघूया.

1. आपल्याला कोणी खूप दिवसांनी आपले मित्रमंडळी भेटले की आपल्या विचारतात की, "कसं चाललंय सर्व? कशी चालली आहे लाईफ?" तर उत्तर असते, "बेकार, खराब, काहीच नीट नाही चाललंय."

2. आपल्याला कोणी विचारलं, "ऑफिस कसं चाललं आहे? "तर आपलं उत्तर असतं की, "अरे खूप काम असतं, विकेंडला पण काम करून घेतात, दररोज पण खूप वेळ काम करत बसाव लागत "

3. कित्येक वेळा गेट-टुगेदर ला तर कित्येक आई-वडील आपली मुल आपलं कसं ऐकत नाही, कस अभ्यास करत नाही हे खूप रंगवून सांगत असतात, हा चर्चेचा विषय असतो.

4. कित्येक गेट-टुगेदरला तर मोठी माणसं एकमेकांच्या आजाराबद्दल चर्चा करत असतात. मी तर हल्लीच एक गेट-टुगेदर अटेंड केलं होतं, माझी एक काकी फोनवर गेल्या वर्षी काकांना कोवीड कसा झाला, मग त्यांना किती त्रास झाला, त्यानंतर ते कसे आजारी होते हे सर्व

फोनवर चर्चा करत होती. आता ते बरे पण झाले होते, तरीपण चर्चेचा विषय हाच होता.

असा आपण कळत नकळतपणे, वाईट गोष्टी, एक वेळा नाहीतर, अनेक वेळा, तेच तेच बन्याच लोकांना सांगत असतो. आणि परत अशाच गोष्टी आपल्या आयुष्यात परत आणतो. आकर्षणाच्या सिद्धांतानुसार आपण ज्या गोष्टी बोलतो ज्या भावनेने बोलतो आणि सतत बोलतो तर त्याच गोष्टी आपल्या आयुष्यात परत येतात. मग आपण बोलतो आम्ही अडकलो आहोत प्रॉब्लेममध्ये आणि बाहेरच पडत नाही.

सतत वाईट गोष्टी शेअर केल्यामुळे आपल्या आयुष्यावर वाईट परिणाम होत असतो. का सतत सकारात्मक बोलायचं असतं? आता आपण ती गोष्ट बघूया. जोसेफ मर्फी यांच्या "पॉवर ऑफ सबकॉन्शस माइंड" या पुस्तकातील ही गोष्ट आहे. जोसेफ मर्फी बरेच वर्ष लंडनमध्ये ट्रुथ फोरम मध्ये केक्सटन हॉल नियमितपणे सबकॉन्शस माइंडवर भाषण द्यायचे. ज्याची काही वर्षांपूर्वी त्यांनी स्थापना केली होती. त्याचे निदेशक डॉ. ईवलीन फ्लीट यांनी जोसेफ मर्फी यांना एका माणसा बद्दल सांगितलं होते. ज्याच्या छोट्या मुलीला आर्थ्राइटिस आणि दर्दनाक चर्मरोग सोराएसिस होता.खूप ठिकाणी इलाज केला, पण डॉक्टरांच्या खूप प्रयत्नांना नंतरही काही फायदा झाला नाही. मग तो माणूस खूप नाराज झाला. तो स्वतःला आणि आपल्या मित्र परिवाराला सारखा सारखा बोलायचा की, "माझी मुलगी बरी झाली पाहिजे मी माझा उजवा हात पण द्यायला तयार आहे."

डॉ. फ्लीट नुसार माणूस एकदा त्याच्या परिवाराबरोबर असंच फिरायला गेला होता आणि त्याच्या कारचा अपघात झाला आणि त्या अपघातात त्या माणसाने त्याचा उजवा हात गमावला. हॉस्पिटलमधून घरी परतल्यावर त्याला कळलं की त्याच्या मुलीचा आर्थ्राइटिस आणि चर्मरोग पूर्णपणे बरा झाला होता.

लक्षात ठेवा तुमच्या सबकॉन्शस माइंड मस्करी नाही समजत.म्हणूनच तुम्हाला या धड्याच्या सुरुवातीला मी विचारला तुमची स्टोरी लाईन, तुमची गोष्ट काय आहे. जेव्हा तुम्ही मित्र-मैत्रिणी किंवा गेट-टुगेदर किंवा ऑफिसमध्ये ज्या

लोकांशी बोलता तेव्हा नेमकं काय बोलता. जसं या माणसाने स्वतःचा हात गमावला. तसं तुम्ही तर नाही ना काही वाईट बोलत आहात. फक्त पॉझिटिव सकारात्मक बोलायचं एवढच ना? त्याचे काय परिणाम होतात, हे तुम्ही या गोष्टीत पाहिले. म्हणजे तुम्ही सतत नकळतपणे काय बोलत आहात याकडे लक्ष द्या. जसे या माणसाने त्याचा हात गमावला, तसं तुम्ही तुमच्याबाबत काय असं बोलत आहात का ज्यामुळे तुमच्यावर अशी परिस्थिती येईल. तुम्ही जे काही सतत बोलत असाल त्याचे परिणाम तुमच्या आयुष्यात होत असतात आणि तशा गोष्टी घडतात.

म्हणूनच आत्ता या क्षणी ठरवा की मी शब्द जरा जपून वापरेन, स्वतःची मनात किंवा इतरांशी बोलताना जर काही वाईट घडलं तर ती गोष्ट सतत दुसऱ्यांना किंवा मनात उजळणी नाही करणार. कधीकधी आपल्या स्वतःकडून नकळत चूक होऊन जाते. आपण स्वतःला किती दोष देतो. ते सतत आठवून स्वतःला त्रास करून देतो. जेव्हा असं काही कराल तर ही या माणसाची गोष्ट आठवा. या माणसाने तसा त्याचा उजवा हात गमावला. तसा आपण तर नाही ना करत आहोत. यासाठी सतर्क रहा आणि शब्द जरा जपून वापरा. आता तुम्हाला कळले असेल फक्त सकारात्मक बोलणं का गरजेचे असते. कारण असं नकारात्मक सतत बोललं, तर या माणसाने जसा स्वतःचा हात गमावला, तशी वेळ आपल्यावर येऊ शकते. म्हणून शब्द जरा जपून वापरा.

12. भावना
Emotions

आनंद, दुःख, भीती, उत्सुकता, उतावीळ, jealousy, राग, करुणा, उत्सुकता अशा या खूप वेगवेगळ्या प्रकारच्या भावना आहेत. पण हे कायम लक्षात ठेवा की, तुम्ही फक्त आणि फक्त आनंदी आयुष्य deserve करता.

नकारात्मक भावना: जस दुःख, भीती, उतावीळ, राग, मत्सर (jealousy), कमतरता (अरे पैसा माझ्याकडे हवा तेवढा नाही आहे.) या सर्व नकारात्मक भावना तुमच्या आयुष्यात नकारात्मक लोक, नकारात्मक प्रसंग आकर्षित करतात.

सकारात्मक भावना: आनंद, उत्सुकता, करुणा या सर्व सकारात्मक भावना तुमच्या आयुष्यात सकारात्मक लोक, सकारात्मक प्रसंग आकर्षित करत असतात.

म्हणजे फक्त सकारात्मक भावना, सकारात्मक विचार करायच एवढंच ना?. सगळ्यात सोपं म्हणजे "तुम्हाला काय हव आहे", याकडे लक्ष केंद्रित करायचं आणि तुम्हाला जे हव आहे त्याच्या end result ची कल्पना करायची एवढच!

पण सध्याची परिस्थिती जर वाईट असेल तर आपण नकळतपणे सध्याच्या परिस्थितीबद्दल स्वतःशी आणि दुसऱ्यांशी सतत बोलतो, चर्चा करतो आणि तशाच परिस्थिती आकर्षित करतो आणि मग आपण म्हणतो आम्ही अडकलो या परिस्थितीत, बाहेरच नाही पडत आहोत. कसं पडणार बाहेर जर तेच तेच विचार केला. त्याच त्याच नकारात्मक भावनेत गुरफटून राहिलात, तर मग स्वतःला सतत विचारा की, "मला काय हव आहे" आणि ते मिळाल, तर मला कसं वाटेल आणि मग ते सतत कल्पना करा. आताची सध्याची परिस्थिती पूर्णपणे दुर्लक्षित करा. हे सर्व तुमच्या अडचणी, इच्छा, स्वप्न यांनाही लागू पडते.

काही उदाहरणे:

१. "wow मी कार घेतली तर मरीन ड्राईव्हला जाईल"

ही झाली उत्सुकता.

"अरे यार कधी येणार कार? कधी येणार पैसे?, मी कारची कल्पना तर केली, पण manifest कधी होईल कार?"

हा झाला उतावीळपणा.

जसे मी आधी सांगितलं उत्सुकता म्हणजे सकारात्मक भावना ती तुम्हाला तुमच्या स्वप्नांच्या जवळ घेऊन जाईल. तर उतावीळपणा ही नकारात्मक भावना ती तुम्हाला तुमच्या स्वप्नांपासून तुम्हाला अजूनच दूर नेईल.

२. शाहरुख खानला विचारलं, "तुम्हाला काय वाटते Best actor चा award कोणाला मिळेल?", तेव्हा शाहरुख खान म्हणाला, दुसऱ्या कोणाला award मिळेल का नाही हे मला माहीत नाही, पण मी Best actor आहे", यात शाहरुख खानला कोणाबद्दलही jealousy नाही, ना स्वतःबद्दल अहंकार, तर आहे तो स्वतःबद्दलचा आत्मविश्वास. जीवनात कधी असा प्रसंग आला, jealousy feel झाले तर शाहरुख खानचा हा attitude लक्षात ठेवा.

आणि समजा जर तुम्हाला हव्या असलेल्या गोष्टी कोणा दुसऱ्याकडे दिसल्या, तर jealous होऊ नका. कारण तुमचं कॉम्पिटेशन (स्पर्धा) हे इतर कोणाशी नाही तर "स्वतः शी" आहे.तुमच्या स्वप्नांच्या बाबतीत सतत स्वतःला upgrade करत राहा. स्वतःची तुलना करायची असेल, तर स्वतःशीच करा. दुसऱ्याशी तुलना करून स्वतःचा अपमान करू नका.म्हणजेच "काल तुम्ही कसे होता आणि आज कसे आहात", ते पहा.

"तो माझ्याच वर्गात होता आणि आता कुठच्या कुठे गेला, तो बाहेरच्या देशात आहे, करोडपति लाईफस्टाईल जगत आहे. मी का नाही? मी का अजून इथेच आहे, इतका यशस्वी का नाही झालो?"

ही अशी भावना बऱ्याच जणांना येते. पण प्रत्येकाचा प्रवास (journey) हा वेगळा असतो. प्रत्येकाचा जीवनाचा हेतू, आवड (life purpose, passion) वेगळी असते. प्रत्येकाची पैशाच्या बाबतीत प्रोग्रामिंग (mind set), भावना, विश्वास वेगवेगळी झाली असते. कोणाचा प्रोग्रामिंग असा असतो, की "पैसा सहज येतो." त्यांच्या या अशा विचारांमुळे, भावनेमुळे, विश्वासामुळे त्यांच्याकडे पैसा सहज येतो.तर कोणाच्या प्रोग्रामिंग मध्ये "पैसा खूप हार्ड वर्क करून मिळतो, पैसा येणं कठीण आहे." त्यांच्या या पैशाच्या बाबतीत विश्वासामुळे, भावनेमुळे त्यांच्याकडे पैसा यायला वेळ लागतो. पैशाच्या बाबतीत तुमच्या भावना, विश्वास, विचार बदलणं खूप गरजेचे आहे. त्यासाठी तुम्ही जोसेफ मर्फी यांचं the power of subconscious mind" हे पुस्तक नक्की वाचा.

आणि तुम्हाला हव्या असलेल्या गोष्टी आजूबाजूला सर्वकडे दिसू लागल्या, याचा अर्थ असा आहे की, युनिव्हर्स तुम्हाला इशारा (sign) देत आहे . ती गोष्ट लवकरच तुमच्या आयुष्यात येणार आहे. म्हणून सगळीकडे तुम्हाला दिसत आहे. तर खुश व्हा. तुम्ही त्या गोष्टीचा अगदी जवळ पोहोचलात. असं समजा, तुमचं manifestation लवकरच पूर्ण होणार.

"वा लवकरच हे माझ्या आयुष्यात येईल, माझं हे स्वप्न पूर्ण होईल", हे खूप खुशीने बोला, पण jealous होऊ नका.

jealousy, दुःख, भीती, टेन्शन, stress, 'घडलेल्या वाईट घटनांची सतत चर्चा' यामुळे तुमचे स्वप्न तुमच्यापासून दूर जातात.

म्हणून नेहमी आनंदी, उत्साही राहा आणि हसत राहा"
(So Always be Joyful, Happy, Excited and keep smiling)

Health

आयुष्याच्या शेवटच्या श्वासापर्यंत, तुमचं कोण साथ देणार? ते म्हणजे तुमच कोणी सख्खे जिवलग, नातेवाईक नाहीत, तर तुम्ही स्वतः, तुमचं शरीर, तुमचं मन आणि आत्मा. कारण आजारी पडला तर औषध तुम्हालाच घेऊन बरं व्हावं लागेल किंवा हॉस्पिटलमध्ये ॲडमिट तुम्हालाच व्हाव लागेल.कितीही जवळचे असले तरी, तुमच्या ऐवजी तुमचे जवळचे नातेवाईक, जीवलग यांना औषध देऊन चालणार नाही. ते औषध घेणे, ते दवाखान्यात जाणं, हॉस्पिटलमध्ये ॲडमिट होण हे सर्व तुम्हालाच करावे लागेल.

तुम्ही कितीही श्रीमंत, करोडपती झालात, पण जर तुमचं शरीर आजारी असेल, मनात तनाव stress, tension असेल, तर काय उपयोग त्या संपत्तीचा? कारण तुम्ही आजारी असल्यामुळे त्या संपत्तीचा पैशाचा तुम्ही उपभोग घेऊ शकत नाही. पैशाने तुम्ही खूप योग्य असे उपचार करू शकता.पण सतत आजारी असला, मनात सतत तनाव (stress, tension) असेल. म्हणजे उदाहरणार्थ तुमच्याकडे खूप श्रीमंत कार आहे, पण तुम्ही तुमच्या पायावर उभेच राहू शकत नाही. पायाचा आयुष्यभरासाठी प्रॉब्लेम झाला आहे. मग अशा वेळेला अशा

कारचा काय उपयोग? जर मन सतत भीतीखाली जगत असेल. तर काय उपयोग या श्रीमंतीचा?

म्हणूनच स्वतःच्या शरीराची, मनाची, आत्माची प्रकृतीची काळजी घेणे खूप आवश्यक आहे. तुमच्या शेवटच्या श्वासापर्यंत तुमचं शरीर, तुमचं मन आणि तुमची आत्मा तुमची साथ देईल. तर त्याची काळजी कशी घ्याल, ते आपण पाहूया. पण त्याआधी आत्ता या क्षणी स्वतःला एक वचन द्या की, मी आज पासून माझ्या शरीराची, मनाची, आत्माची काळजी घेईन.

hooponopono प्रार्थना तुमच्या शरीरासाठी:

- आज आतापर्यंत तुमच्यापैकी बऱ्याच लोकांनी आपल्या मुलांची, नवऱ्याची, आई-वडिलांची, सासू-सासऱ्यांची किंवा जवळच्या व्यक्तीची जशी काळजी घेतली. तशी आपल्या शरीराची काळजी घेतली नसेल (जर घेत असाल तर उत्तमच आहे), आपल्या स्वतःच्या शरीराची स्वतः काळजी न घेतल्याबद्दल, आपल्या शरीराची मनापासून माफी मागा.

- आजपर्यंत एखादा प्रसंग घडला की आपण कस आपल्या जवळच्या मित्राला धीर देतो की, "ठीक आहे, हा ही क्षण निघून जाईल, relax, सर्व काही ठीक होईल, जे होतं ते चांगल्यासाठी होतं." तसंच अगदी तसंच आपल्या स्वतःसोबत एखादा प्रसंग घडला की, आपण आपल्या मनाला धीर देतो का? नाही ना, उलट स्वतःला स्वतःच्या चुकीबद्दल दोष देत राहतो." मी असं का वागले, मी असं करायला नको होतं, मी मूर्खासारखे वागले, मी looser, dumb आहे." असे स्वतःला नाही नाही ते वाईट बोलतो. तर अशा या प्रसंगी स्वतःच्या मनाला त्रास करून घेतल्याबद्दल, स्वतःला धीर न दिल्याबद्दल, स्वतःची माफी मागा, अगदी मनापासून माफी मागा.

- कधी दिवसभरात एकदा बसून स्वतःला विचारलं, "कसं वाटत आहे काय feel होतं आहे? "स्वतःचे विचारपूस केली कधी? स्वतःच्या

मनाचा विचार कधी केला? नाही ना.त्याबद्दल स्वतःच्या मनाची माफी मागा.

- आपण आपल्या शरीराला आतापर्यंत नाव ठेवले असतील म्हणजे बारीक असाल आणि जाड व्हायचं असेल तेव्हा किंवा जाड असाल आणि सडपातळ व्हायचं असेल तर, अशा परिस्थितीत आपण आपल्या शरीराला दोष देतो. त्याबद्दल आपल्या शरीराची माफी मागा.

- काही जण सतत आजारी पडतात, अशा परिस्थितीत ते आपल्या शरीराला नाव ठेवतात, आपल्या शरीराला दोष देतात तर त्याबद्दल आपल्या शरीराची माफी मागा.

- मी कळत नकळत पणे माझ्या शरीराला नाव ठेवले असतील, आजाराबद्दल शरीराला दोष दिली असतील, किंवा कशाही प्रकारे शरीराला वाईट बोलले असेल तर मी माझ्या शरीराची मनापासून माफी मागते.

- जन्माला आल्यापासून या शरीराने तुमची साथ दिली. मग भले आता तुमच्या शरीरात काही आजार असतील. पण आता तुम्ही तुमच्या डोळ्याने पाहू शकता, कानाने ऐकू शकता, तोंडाने बोलू शकता, तुमचे हात-पाय व्यवस्थितपणे नीट काम करत आहेत, शरीर अन्न पचवत आहे, हृदय व्यवस्थितपणे काम करत आहे. असं शरीरातील प्रत्येक अवयव काम करत आहे. यातील एक जरी अवयव काम करत नसेल, तरी इतर अवयव काम करत आहेत. त्यासाठी शरीराला मनापासून धन्यवाद (thank you) बोला.

- तुमचं शरीर आता कसही असो, जाड किंवा सडपातळ तुमच्या अपेक्षेप्रमाणे नसेलही कदाचित. पण ते निदान तुमचं शरीर काम करत आहे.त्यासाठी शरीरावर शरीरातील प्रत्येक अवयवावर प्रेम करा. अगदी मनापासून शरीराला, प्रत्येक अवयवाला I love you बोला. जसं आई आपल्या बाळाला प्रेमाने कुरवाळते. अगदी तसं, तुम्ही स्वतःच्या या शरीरावर प्रेम करा.

तुम्ही स्वतःच्या शरीरावर प्रेम करा
(Love your body the way it is now)

आता या क्षणी "तुमचं शरीर जसं असेल, त्याला प्रेम करा याचं स्वतःला वचन द्या." सकाळी उठल्यावर जेव्हा केव्हा आरशासमोर जाल तेव्हा बोला:

- माझ्या जन्मापासून ते आतापर्यंत या शरीराने माझी साथ दिली. म्हणजेच माझ्या सर्व अवयव व्यवस्थित कार्यरत आहेत. त्याबद्दल मनापासून मी माझ्या शरीराला धन्यवाद बोलते.
- माझं शरीर नेहमीच एनर्जेटिक असतं.
- माझा विश्वास आहे, माझं शरीर, मन, आत्मा दिवसेंदिवस आनंदी सुदृढ शक्तिशाली (fit, strong, healthy) होत आहे.
- माझं माझ्या शरीरावर, शरीरातील प्रत्येक अवयवावर मनावर, आत्म्यावर खूप प्रेम आहे.हे पूर्ण फील करून बोला.
- तुमचं शरीर तुम्हाला आवडत नसेल तुम्हाला जाड किंवा बारीक व्हायचं असेल. म्हणजे तुम्ही आता असलेल्या शरीरावर नाराज असाल. पण तुम्हाला तर माहीत आहे की असलेल्या गोष्टींच समाधान, कौतुक नसेल तर हव्या असलेल्या गोष्टी येणार नाही. तुम्हाला अपेक्षित असलेला शरीराचा आकार तोपर्यंत येणार नाही जोपर्यंत तुम्ही आत्ता असलेल्या शरिराच्या आकाराला प्रेम करत नाही.

"जर तुमच्याकडे असलेल्या गोष्टींसाठी आभारी असाल तर तुम्हाला हव्या असलेल्या गोष्टी तुमच्याकडे येते."

"If you are thankful for whatever you have,
you will get whatever you want."

म्हणून आता या क्षणी तुमचे शरीर तुमच्या अपेक्षेप्रमाणे नाही.पण ते काम करत आहेत.त्याचे अवयव काम करत आहेत.त्याबद्दल त्या शरीरावर प्रेम करा.

- **तुम्हाला शरीर जाड किंवा बारीक हव असेल तर बोला:**

  - मला माझ शरीर आवडतं आणि माझ माझ्या शरीरातील प्रत्येक अवयावर प्रेम आहे.
  - वा मी खूप आभारी आणि आनंदी आहे युनिव्हर्स, माझं शरीर दिवसेंदिवस अधिक जलद रीतीने योग्य त्या आकारात येत आहे.
  - Thank you, universe, माझे शरीर दिवसेंदिवस अधिक जलद रीतीने तंदुरुस्त आणि सदृढ होत आहे.

- **दररोज या स्वयंसूचना शरीरासाठी करा: Daily affirmations for your body:**

  - माझं शरीर, मन, आत्मा शरीरातील प्रत्येक अवयव दिवसेंदिवस आनंदी, सुदृढ व तंदुरुस्त होत आहे.
  - मला माझे शरीर खूप आवडते.
  - माझं माझ्या शरीरावर, शरीरातील प्रत्येक अवयवावर खूप मनापासून प्रेम आहे.
  - मी प्रेम आहे.wow I am love
  - मी देवाच खुप सुंदर निर्माण (creation) आहे.

- तुम्हाला हव असलेला गोष्टी तुमच्या शरीराबद्दल त्याबद्दल affirmations कसे तयार कराव:

  - जर तुम्हाला तुमची त्वचा सुधारायची असेल तरा affirmation बोला:

    - माझी त्वचा दिवसेंदिवस तजेलदार, सुदृढ होत आहे.

(हे affirmation जेव्हा जेव्हा तुम्ही तोंड धुवाल, तोंडाला काहीही लावाल तेव्हा बोला. पूर्ण feel करून बोला.)

- ० तुम्हाला तुमचे नाकाचा आकार आवडत नसेल तर बोला:
- ० वा धन्यवाद युनिव्हर्स, दिवसेंदिवस माझ नाक योग्य त्या आकारात येत आहे.
- ० केसाचा काही प्रॉब्लेम असेल तर बोला:

  - माझे केस दिवसेंदिवस घनदाट, मजबूत होत आहेत.

(हे affirmation जेव्हा जेव्हा तुम्ही केस धुवाल, केसाला काहीही लावाल (तेल, शाम्पू, कंडिशनर) तेव्हा लावताना बोला. पूर्ण feel करून बोला.)

- ० जर तुम्हाला आत्मविश्वासाने लोकांशी किंवा नवीन लोकांशी, ऑफिसच्या मिटिंगमध्ये बोलायला होत नसेल, तर बोला:

  - मी लोकांशी फ्रीली बोलतो, कॉन्फिडन्टली बोलतो.
  - लोकांना माझ्याशी बोलायला आणि माझं ऐकायला आवडतं.

असं तुम्ही रोज आरशात जाऊन स्वतःच्या शरीराबद्दल जे हव ते बोला आणि जे आता तुमच्या शरीरामध्ये व्यवस्थित कार्यरत आहे, त्यासाठी धन्यवाद बोला, प्रेम करा. हे सर्व बोलताना भावनेने खुश होऊन फिल करून बोलणं महत्त्वाचं आहे.

- **श्वास घेण्याच्या पद्धती Breathing techniques:**

- ० जे monk संत असतात ना, जस गौर गोपाल दास, रोबिन शर्मा, जय शेट्टी यांना सर्वात आधी श्वास कसं घ्यायचं ते शिकवतात.
- ० तर दिवसातील पाच-दहा मिनिटं "श्वासाच्या पद्धती" breathing techniques करा. मग ते कोणतेही असो, रामदेव बाबांचा प्राणायम असो, बेसिक कपालभारती, अनुलोम विलोम, किंवा दीर्घ श्वास, आर्ट ऑफ लिविंगचे सुदर्शन क्रिया. यापैकी काहीही करू शकता. पण जे कराल ते व्यवस्थित शिकून करा.

- आता मी तुम्हाला थोडक्यात ज्यांना याबद्दल काहीच माहिती नसेल. त्यांच्यासाठी दीर्घ श्वास कसा घ्यायचा ते सांगते.

  - ताठ बसा, पाठीचा कणा ताठ, डोळे बंद.
  - सुरू करायच्या आधी दहा मिनिटांचा अलार्म सेट करा.
  - मनात एक ते तीन अंक बोलताना श्वास घ्या.
  - मनात एक ते बारा अंक बोलताना श्वास रोखून धरा.
  - मनात एक ते सहा अंक बोलताना श्वास सोडा.

तीन, बारा, सहा अनुक्रमे श्वास घ्या, श्वास रोखा, श्वास सोडा.मग हेच कंटिन्यू दहा मिनिट करा.

हे दररोज नियमितपणे दहा मिनिटं करा.

- श्वास घेण्याचा पद्धतीचे फायदे: advantages of breathing techniques:

  - चिंता करणे, अतिविचार करणे कमी होते.
  - तणाव कमी होतो.
  - लक्ष केंद्रित होतं.
  - जलद रीतीने बरे recovery होते.
  - झोप लागते.
  - रक्त प्रवाह योग्य रीतीने होतो.

हे दररोज नियमितपणे दहा मिनिटं करा.

- **कोणतेही अन्नग्रहण करताना:while having any food:**

  - तुम्ही आता जाड असाल किंवा बारीक असाल. कोणतेही अन्न ग्रहण करताना तुमच्या मनात विचार येत असेल, हे खाल्लं की मी जाड होईल, हे खाल्लं की मी बारीक होईल. तर तसे न करता पुढील गोष्टी बोला:

    - धन्यवाद युनिव्हर्स, मला हे जेवन सहज सोप्या पद्धतीने मिळाले.

- ■ धन्यवाद युनिव्हर्स, ह्या जेवणाला माझ्यापर्यंत पोहोचायला ज्या लोकांचे हातभार लागले, त्या शेतकरी (ज्यांनी हे अन्नधान्य शेतात पिकवले), व्यापारी (ज्यांनी शेतकऱ्यांकडून हे अन्न दुकानात आणले), दुकानदार, हॉटेल (ज्यांनी अन्न दुकानात ठेवले आणि ज्यांनी हे अन्न बनवले), आई, मावशी, बायको (ज्याने दुकानातून हे अन्न घरी आणले आणि ते घरात शिजवले) त्या सर्वांना मनापासून धन्यवाद.
- ■ हे अन्न, तू माझ्या शरीरात जाऊन मला तू पोषण देणार, माझ शरीर तंदुरुस्त, सुदृढ एनर्जेटिक करणार, माझं शरीर योग्य त्या आकारात आणणार.
- ■ अन्न देवता, शुभंम भवतू

- ○ अशा रीतीने आधी आपण जेवण सहजरित्या आपल्याकडे आल्याबद्दल धन्यवाद बोललो.
- ○ हे अन्न आपल्यापर्यंत पोहचायला, ज्या लोकांचा हातभार लागला, त्या सर्व लोकांना धन्यवाद बोललो.
- ○ मग ते अन्न शरीरात जाऊन तुम्हाला पोषण देईल अशा काही सूचना दिल्या.
- ○ मग अन्न देवतेला आभार मानले.

सडपातळ आहात आणि जाड व्हायचं, जाड आहात सडपातळ व्हायचं, त्वचा सुधारायची, केस मजबूत करायचे. तर तसे affirmations बनवून काहीही खाण्याच्या किंवा पीण्याच्या आधी ते affirmations feel करून बोला. जाड असाल तर खाताना असा विचार केला की हे खाल्ले की मी जाड होईल, आणि असा तुमचा ठाम विश्वास असेल. तर तुम्ही जाड व्हाल, कारण तसा तुमचा विश्वास आहे. पण तेच अन्न खाताना बोलाल कि, हे अन्न मला सुदृढ बनवेल, माझं शरीर योग्य त्या आकारात आणेल, हे अन्न माझी त्वचा तजेलदार बनवेल, हे अन्न माझे केस मजबूत, घनदाट बनवेल. आणि हे बोलताना तसा तुम्हाला त्यावर विश्वास असेल, तर तसेच घडेल.

- **स्वतःच्या/ इतरांच्या प्रकृतीबद्दल वाईट बोलणं टाळा**

  - आज आता या क्षणी स्वतःला वचन द्या की, मी माझ्या शरीराबद्दल वाईट बोलणार नाही.

  - स्वतःचे शरीर जर अपेक्षेप्रमाणे (जाड किंवा बारीक) नसेल, तरी त्याची चर्चा मैत्रिणीसोबत करणार नाही. तर शरीरावर प्रेम कराल. कारण जर तुम्हाला सडपातळ व्हायचं आणि तुम्ही स्वतःला जाड समजता तर आकर्षणाच्या नियमानुसार ज्या गोष्टीवर विश्वास आहे तीच गोष्ट होते. मग स्वतःला जाड समजता, तर अजून जाड व्हाल.

  - जर तुम्ही आजारी पडला तर आधी डॉक्टरकडे जा आणि डॉक्टरला काय ते डिटेल मध्ये सांगा. पण डॉक्टरकडून आल्यावर कस आजारी पडला, कसा त्रास होतो आहे, याबाबत मित्रमंडळींशी नातेवाइकांशी, चर्चा करू नका. स्वतः मनातदेखील त्याबद्दल सतत बोलू नका. त्यामुळे आजार अजून वाढेल.

  - तसेच तुम्हाला कळलं की तुमचे जवळचे नातेवाईक आजारी आहेत.तर इतरांना सर्वांना सांगत सुटू नका. तर त्याऐवजी ते बरे झाले आहेत आणि त्यांनी तुम्हाला फोन करून सांगितले की आता ते पूर्णपणे बरे झाले आहेत, अशी कल्पना करा.

- **जेव्हा जवळची मित्रमंडळी नातेवाईक आजारी असेल तेव्हा:**

  - जर घरातील व्यक्ती आजारी पडली असेल तर चिंता करण्यात, अजून किती वाईट होईल याचा विचार करून टेन्शन घेण्यात, त्यांच्या या आजाराबद्दल इतरांना सांगत फिरण्यात एनर्जी वाया घालू नका. तर तुमची एनर्जी खालील गोष्टीत लावा:

    - अ. तुम्ही जेव्हा घरातील आजारी व्यक्तीला पाणी किंवा जेवण जे काही अन्न द्याल.

तेव्हा त्या अन्नाकडे/पाण्याकडे पाहून बोला की,

- हे अन्न किंवा पाणी त्यांच्या शरीरात जाऊन त्यांचं शरीर, मन, आत्मा पूर्णपणे तंदुरुस्त, सुदृढ करेल.
- हे अन्न किंवा पाणी त्यांच्या शरीरात जाऊन त्यांचं शरीर, मन आणि आत्मा पूर्णपणे एनर्जीटीक आणि आनंदी करेल.
- हे अन्न किंवा पाणी त्यांच्या शरीरात जाऊन त्यांचं शरीरातील प्रत्येक अवयवाला योग्य ते पोषण देईल.

वरील सर्व affirmations जेवण/ पाणी आजारी व्यक्तीला देण्याआधी एक मिनिटं आधी तुम्ही मनात बोला. हे बोलताना पूर्णपणे फील करून आनंदाने बोला.

उदाहरणार्थ: तुमची आई आजारी असेल तर आईला जेवण/ पाणी द्यायचा आधी, त्या जेवणाकडे पाण्याकडे पाहून एक मिनिट आधी मनात बोला की,

- हे अन्न पाणी माझ्या आईच्या शरीरात जाऊन, आईचं शरीर मन आत्मा पूर्णपणे तंदुरुस्त, सुद्रुढ करत आहे.
- हे अन्न पाणी माझ्या आईच्या शरीरात जाऊन, आईचं शरीर, मन आणि आत्मा पूर्णपणे एनर्जीटीक आणि आनंदी करेल.
- हे अन्न/ पाणी माझ्या आईच्या शरीरात जाऊन, आईच्या शरीरातील प्रत्येक अवयवाला योग्य ते पोषण देईल.

  - Visualise कल्पना करा:

तुमची जवळची व्यक्ती आजारी असेल तर कल्पना करा की,

- डॉक्टर तुम्हाला बोलत आहेत की, अरे वा रिपोर्ट पूर्णपणे नॉर्मल आले आहेत. आता ते पूर्णपणे बरे झाले आहेत.
- ती तुमची जवळची व्यक्ती जी आजारी आहे, ती तुम्हाला येऊन आनंदाने बोलते की, "मला आधी सारखं एनर्जेटिक,

सुदृढ व तंदुरुस्त वाटतं आहे, धन्यवाद युनिव्हर्स फास्ट रिकवर झाले. मला आता खूपच स्वस्थ *fit* वाटत आहे."

खूप आनंदाने आणि पूर्णपणे *feel* करून, वरील गोष्टी कल्पना करा आणि हो कल्पना करताना भावना महत्त्वाच्या आहेत.

- **स्वतःचे औषध घेताना आणि स्वतः आजारी असताना**

  डॉक्टरने दिलेले औषध घेताना बोला की,

  - हे औषध माझ शरीर तंदुरुस्त, सुदृढ बनवत आहे.
  - हे औषध माझ्या शरीरात जाऊन मला फास्ट रिकवर करत आहे.
  - मी आता खूपच एनर्जेटिक *feel* करते आहे.
  - माझ्या शरीरातील प्रत्येक अवयव, प्रत्येक भाग,   मन आणि आत्मा पूर्णपणे *fit strong healthy* करत आहे.

औषध घेऊन झाल्यावरही स्वतःच्या मनात आणि इतरांशी स्वतःच्या आजाराबद्दल चर्चा करायचं नाही. डॉक्टरांना काय ते डिटेल मध्ये सांगा.

- **ध्यान meditation:**

  - जसे आपण व्यायाम, योगा करून शरीराची काळजी घेतो. शरीराच्या प्रकृतीची काळजी घेत असतो. तसं मानसिक प्रकृतीची काळजी घेणंही तितकंच महत्त्वाचं आहे. आपण शरीरासाठी बऱ्याच गोष्टी करत असतो. पण मनाचं काय? मानसिक प्रकृतीसाठी काय करतो?
  - मानसिक प्रकृतीसाठी ध्यान खूप महत्त्वाचं आहे.
  - शरीर थकले की आपण आराम करतो, आपण झोपतो.पण मनाचं काय? मनात सतत विचार चालूच असतात. झोपल्यावरही आपलं हृदय चालू असतं, पचन क्रिया चालू असते. अंतर्मन अशा बऱ्याच गोष्टी करत असतं. मग या मनाला आराम द्यायला ध्यान *meditation* करा.

- १५ मिनिटे डोळे बंद करा. मांडी घालून ताठ बसा.
- आणि श्वासावर लक्ष केंद्रित करा.
- विचार येतील, जातील.ठीक आहे विचार आले म्हणून घाबरून जाऊ नका. टेन्शन घेऊ नका रिलॅक्स.
- सुरुवातीला दहा सेकंद विचार न करण्याचा प्रयत्न करा आणि हळूहळू मी दहा सेकंदाचे, वीस सेकंद, 30 सेकंद करा. हळू हळू वेळ वाढवत जा.
- ते कसं कराल याची सोपी युक्ती सांगते. मोठा श्वास घ्या आणि मोठा श्वास सोडा आणि पूर्ण लक्ष श्वासावर केंद्रित करा. दीर्घ श्वास घेतल्याने विचारांची संख्या कमी होते. त्यामुळे दीर्घ श्वास तुम्हाला विचार कमी व्हायला मदत करतील.
- नियमितपणे न चुकता ध्यान करा, फक्त तुमच्या मनाला आराम देण्यासाठी.
- ध्यानाचे बरेच फायदे देखील आहेत.
- ध्यान तुम्ही नियमितपणे केल्यामुळे तुम्ही युनिव्हर्सला कनेक्ट होता आणि काही गोष्टी तुम्हाला आधीच कळू लागतील. त्यामुळे ध्यान न चुकता दररोज करा.

- **आनंदी राहणं**

- शारीरिक प्रकृती आणि मानसिक प्रकृती तंदुरुस्त राहण्यासाठी आनंदी राहणे गरजेचे आहे.
- तुमचं तनाव, अतिविचार, stress, tension, overthinking चा शरीरावर परिणाम होत असतो.
- आणि मग तुम्ही आजारी पडतात.
- काही जण तणावामुळे, अति विचारांमुळे खूप सडपातळ होतात, अगदी गरजेपेक्षा जास्त सडपातळ होतात. काही जणांचा रक्तदाब वाढतो, काही जणांचा रक्तदाब कमी होतो, काही जणांचा डायबिटीस वाढतो.

- मानसिक त्रासाचा शरीरावर परिणाम होत असतो. शरीर आणि मन दोन्हीही सुदृढ राहायला "आनंदी राहणे feel good" याला priority बनवा.

लक्षात ठेवा, कितीही मोठा आजार झाला असेल, जोपर्यंत तुम्ही ठरवत नाही कि, मला या आजारातून बाहेर पडायचं, आणि मला शरीर सुदृढ व तंदुरुस्त हवं. तुम्ही जोपर्यंत स्वतः आजारातून बाहेर पडायचं ठरवत नाही, तोपर्यंत बाहेर पडू शकत नाही. कारण एका वेळी या तर सुदृढ शरीर असेल किंवा आजारी शरीर. आणि आजारी शरीराचे विचार करून सुदृढ शरीर मिळवू शकत नाही. सुदृढ शरीराचा विचार करा, कॉमेडी मूव्ही बघा स्वतः आनंदी राहा. बघा मग तुम्ही लवकर बरे व्हालच.

14. स्वतःसाठी पाऊल उचला
Take Stand for yourself

लॉ ऑफ अट्रॅक्शन तुम्ही फॉलो करता, तर अशी वेळ तुमच्यावर येणार नाही. पण गरज लागल्यास स्वतःच्या आदरासाठी आणि संरक्षणासाठी स्वतःच स्टॅन्ड घ्या.लॉ ऑफ अट्रॅक्शन नियमितपणे फॉलो कराल, तर तुमच्या आयुष्यातील लोक फिल्टर होतील.

म्हणजे पहिली गोष्ट तर तुम्ही सतत खालील affirmation बोला:

"मी नेहमी आनंदी आणि सकारात्मक असते.
माझ्या आजूबाजूचे लोक नेहमी आनंदी आणि सकारात्मक असतात."

"I am always Happy & Positive
I am always surrounded by Happy & positive people."

हे सतत बोलायला सुरुवात करा.पूर्ण भावनेने बोला.मग तुमच्या आयुष्यातील नकारात्मक लोकं, एक तर सकारात्मक होतील नाही तर, तुमच्याशी सकारात्मक वागतील किंवा नकारात्मक लोक तुमच्या आयुष्यातून निघून जातील. पण

नकारात्मक लोक निघून जाताना जर तुमच्यावर वेळ आली, स्वतःबद्दल स्टॅन्ड घ्यायला तर तो तुम्हाला घ्यावा लागेल. कधीच हिंसा, मारहाण सहन करू नका.

स्वतःसाठी स्टॅन्ड घेताना Assertive communication तुम्हाला मदत करेल. म्हणजे दोन प्रकारचे लोक असतात, जर कोणी तुमच्यावर विनाकारण ओरडून गेला, तर एक प्रकारची लोक राग राग, चिडचिड करतात आणि दुसऱ्या प्रकारची लोकं सहन करतात, वाईट वाटून घेतात. तर तुम्हाला या दोन्ही प्रकारच्या लोकांसारखं न वागता Assertive communication शिका आणि Assertive communication करा. यामुळे स्पष्टपणे तुम्ही समोरच्याला न दुखवता, स्वतःला न दुखवता, ठामपणे स्वतःचे म्हणणे मांडू शकता.

उदाहरणार्थ: कोणीतरी तुम्हाला फोर्स करत असेल, एखाद्या ठिकाणी जायला पण तुम्हाला जायचं नसेल. तुम्हाला जर नाही बोलता येत नसेल. कोणालाही नाही बोलता येणं हा बऱ्याच लोकांचा प्रॉब्लेम असतो, मग ते हो बोलून स्वतःला दुखावून मनाविरुद्ध ते काम करतात.अशा वेळी Assertive communication तुमची मदत करेल.

तेव्हा असं बोलता येईल की,

"मला माफ करा, मी या कल्पनेने अस्वस्थ आहे.

माझे आधीच एक नियोजित काम आहे आणि मी ते टाळू शकत नाही."

(I am sorry, I am uncomfortable with this idea.As I've already some planned work & I can't skip that)

यात आपण समोरच्याला तू चुकीचा किंवा त्याला काही वाईट नाही बोलत आहोत, तर तुम्हाला काय feel होत आहे ते स्पष्टपणे सांगतो आणि तरी त्यांनी फोर्स केला तर चेहऱ्यावर एक स्माईल आणून तुम्हाला जे हवं ते स्पष्टपणे बोला -

"माफ करा मी या कृतीने अस्वस्थ होईन." ("Sorry, I am uncomfortable with this idea.")

असंच हसून प्रेमाने न चिडता बोला, हे झालं उदाहरण! Assertive communication शिका आणि वापरा.

आणि आत्ताच्या आत्ता ठरवा की मी गरज पडली तर स्वतःसाठीच stand घेईन पण ते घेताना alignment मध्ये म्हणजेच आनंदी राहील.

~~~~~~
~~~~~~

15. माफ करा

Forgiveness

अजुन एक पाऊल समृद्धिकडे

One more baby step towards abundance

समजा तुम्हाला एका डोंगरावर चढायचं आहे आणि तुमच्या पाठीवर खूप सामान असलेली बॅग आहे. तर जड बॅग घेऊन चढाई करताना त्रास होईल? बरोबर ना..

हे तुमच्या "पाठीवरचं ओझं" म्हणजे "तुम्ही दुसऱ्यांना आणि स्वतःला माफ नाही केले, त्याचा तुम्हाला होणारा "त्रास" आहे.हा "डोंगर" म्हणजे "तुमच जीवन". पाठीवरचे हे ओझे घेऊन तुम्ही जास्त वेळ प्रवास नाही करू शकत. सोप्प आहे, हे ओझे बाजूला काढून ठेवा. तुम्हीच विचार करा, हे जड ओझे घेऊन डोंगर चढायचा प्रवास किती त्रासदायक होईल.

तुम्हाला आता दोन गोष्टी करायच्या आहेत.आता वही-पेन घ्या आणि तुमच्या आयुष्यातील, घरातील, प्रोफेशनल लाईफ, ऑफिस मधले त्या प्रत्येक व्यक्तीला आठवा ज्याचा तुम्हाला राग येतो आणि काही असे असतील ज्यांना तुम्ही माफ नाही करू शकत. त्या सर्वांची नावे लिहा, दीर्घ श्वास घ्या काही वेळ आणि त्या व्यक्तींना माफ करा. स्वतःच्या मनाला समजवा की मी या सर्वांना माफ करते, कारण त्या प्रसंगाची मनात उजळणी करून (ते प्रसंग मनात सतत आठवून)

मला त्रास होईल .सतत "तोच विचार आणि वाईट वाटण्याची नकारात्मक भावना", आकर्षणाच्या सिद्धांताने परत तसेच प्रसंग माझ्या आयुष्यात आकर्षित होतील. म्हणून मी या सर्वांना मनापासून माफ करते. त्यामुळे माझं मन शांत होऊन मला मन शांती मिळेल आणि माझं मन आनंदी होईल. माझ्या हितासाठी मी त्यांना माफ करते.

त्या नावाच्या पुढे लिहा, मी तुला माफ करते आणि त्या व्यक्तीबद्दल वाईट भावना, राग, चिडचिड ठेवू नका. एकदा माफ केलं ना की या भावना तुमच्या मनात ठेवू नका, हे झालं दुसऱ्या व्यक्तींना माफ करण्यासाठी.

आता बऱ्याचदा आपल्याला स्वतःचा राग येतो.कारण स्वतःकडून काही चूका झाल्या असतील. त्यासाठी आपण स्वतःला खूप दोष देतो, राग राग करतो स्वतःचा. तर स्वतःच्या त्या सर्व गोष्टी आठवा ज्या तुम्हाला वाटतं की या गोष्टीमध्ये तुम्ही माती केली. त्या गोष्टीबद्दल स्वतःला माफ करा. थोडावेळ दीर्घ श्वास घ्या. स्वतःला बोला की, "It's okay, Relax चुकून झालं. असे वाईट विचार- नकारात्मक विचारात मी जर अजून काही वेळ राहिले तर मी आनंदी म्हणजेच alignment मध्ये राहणार नाही आणि तसेच प्रसंग परत आकर्षित होतील. मी मला माफ करते." स्वतःला जवळ घ्या, लाड करा स्वतःचे.

Alignment मध्ये, आनंदी राहायचे असेल तर स्वतःला आणि दुसऱ्यांना माफ करा. Law of attraction माहीत आहे तुम्हाला, Alignment मध्ये राहण किती महत्त्वाचं हे कळल असेलच, मग माफ करा आणि आपल्या पाठीवरची ओझ्याची बॅग हलकी करा आणि आनंदाने डोंगर चढा जीवनाचा प्रवास आनंदाने करा.

~~~~~~
~~~~~~

16. मोठी स्वप्न बघा...
Have Big Dreams...

अजुन एक पाऊल समृध्दिकडे
One more baby step towards abundance

आपल्याला लहानपणापासून सांगितलेलं असतं, "अंथरूण पाहून पाय पसरा."

पण असं झालं तर, "एक मोठा आलिशान बंगला (घर), घरात काम करायला नोकर, जेवण बनवायला नोकर, लादी पुसायला नोकर, भांडी घासायला- घर स्वच्छ करायला नोकर, मुलं सांभाळायला मदतनीस, घरात एक कार, घरातील प्रत्येकाला एक कार, बाईकची आवड असेल तर बाईक, विदेश यात्रा, तर कधी सुंदर भारत फिरायचे, काहीही मॉलमध्ये खरेदी करताना विचार करायला न लागणे, पैसे किंवा बँक बॅलेन्स चेक करायची गरज न लागण, अनाथ आश्रम - वृद्धाश्रम यांना मदत म्हणून देणगी, गरजू मित्र-मैत्रिणी किंवा परिवार मधील कोणाला पैशाची गरज असल्यास पैसे देणे."

अशी (luxurious life) श्रीमंत आयुष्य तुमच झाल तर? आवडेल का तुम्हाला? हो नक्कीच कोणालाही आवडेल.

तुमच्याकडे जर आता पाच लाख करोड रुपये असतील तर तुम्हाला कुणाला मदत करताना प्रॉब्लेम होईल? करोडपती अब्जोपती झाला तर, भाज्यांचे भाव वाढले तर फरक पडेल का?

खबरदार जर आज पासून कोणी "महाग" हा शब्द काढला तर, महाग किंवा त्याला समानार्थी शब्द जसे हे स्वस्त मिळेल इथे, हे मला नाही परवडणार, किंवा अंथरूण पाहून पाय पसरावे, मस्करीत बोलणं "मी, आणि हे खरेदी करेन, वाट बघ, मला हे नाही परवडणार, हे कसे शक्य", हे अशी वाक्य शब्द बोलून तुम्ही युनिव्हर्स ला दाखवतात की, "तुमच्याकडे पैशाची कमी आहे". मग तुम्ही आकर्षणाच्या सिद्धांताने कमतरता आकर्षित करता. तुम्हाला जर परवडत नसेल तर मी हे नंतर खरेदी करेन."पण हे दोन हजारला आहे आणि रस्त्यावर हे दोनशे रुपयाला मिळेल" असं बोलून तुमच्याकडे पैशाची कमी दाखवून तुम्ही पैशाची कमी आकर्षित करत आहात. त्याउलट तुम्ही जर मोठी स्वप्न बघाल, काय काय हवं आहे ते ठरवाल, कशी life style हवी आहे ते एकदा लिहून काढा. स्पष्टता द्या, स्पष्टपणे सांगा, लिहून स्पष्टता येईल, तुम्हाला कसं घर हव आहे, कशी lifestyle हवी आहे. तुम्ही alignment मध्ये राहून स्वतः खुश राहून मग स्वप्रांच्या frequency ला आला, की झालं मग. हे एवढं सोप्प आहे. मी पण माझ्या आयुष्यात iPhone आणि माझा आधीचा जॉब manifest केला.

Law of attraction काम करतच असत, जसं गुरुत्वाकर्षण काम करत. फरक इतकाच तुमची स्पंदनं (vibrations) तुमच्या इच्छां प्रमाणे ठेवलात. Desire मध्ये fire असला पाहिजे. म्हणजे हे मला हव आहे आणि हे मला मिळेल याचा विश्वास हवा. इच्छां सोबत तुमची frequency match झाली की झाल तर मग.

चला तर मग वही पेन घ्या आणि एकदा Declare करा, युनिव्हर्स मला अशी लाइफस्टाइल हवी. पूर्ण स्पष्टपणे, गाडी हवी तर- कोणती गाडी, कोणता मॉडेल, कोणता रंग.. घर हवं तर- लोकेशन कुठे, कसं हवं, किती मोठं, सर्व

स्पष्टपणे तुमची स्वप्न लिहा, विश्वास ठेवा आणि मग visualise करू शकता आणि "fake it till you make it" पण करू शकता ते काय ते पाहून पुढच्या धड्यात.

"तुम्ही luxurious life deserve करता", हे स्वतःला सांगा पटवून द्या आणि हे शक्य आहे.यावर विश्वास ठेवा.

17. स्वप्न पूर्ण झालंय असं वागायला सुरू करा
Fake it till you make it

अजून एक पाऊल समृद्धिकडे
One more baby step towards abundance

आता तुमची स्वप्न स्पष्ट झाली की काय हवं आहे.आता तुमच्या सर्वात जवळची लोक जे law of attraction वर विश्वास ठेवतात, त्या लोकांमधील मैत्रीण, आई, बहीण यांना तुमचं एखादं स्वप्न सांगा. आणि त्यांना कॉल करायला सांगा आणि तुमचं स्वप्न पूर्ण झालं आहे अशा गप्पा मारा.

म्हणजे उदाहरणार्थ जर तुमचं स्वप्न असेल नवीन कार घेणे. तुमच्या मैत्रिणीला तुमचं स्वप्न सांगा की, तुम्हाला कार घ्यायची आणि तुमच्या मैत्रिणीला कॉल करून तुम्हाला कार घेतल्यानंतरच्या गप्पा मारायला सांगा, "काँग्रॅच्युलेशन्स तू नवीन कार घेतली, काय मग पार्टी कधी करायची? कधी जायचं फिरायला? चल एक राऊंड मारून येऊ." ही तुमची मैत्रीण लॉ ऑफ अट्रॅक्शनवर विश्वास ठेवणारी असली पाहिजे. नाहीतर या गोष्टीचा मजाक उडवून तुमच्या सबकॉन्शस माइंड मध्ये जाईल की हे कसं शक्य आहे. मैत्रिणीचा असा कॉल आल्यावर तुम्ही पण तसंच बोला, जसं तुमचं कारच स्वप्न पूर्ण झालं मग तुम्ही तुमच्या मैत्रिणीला

बोला की, "thank you, आजच कार आली आहे. आणि आत्ताच आईने पूजा केली, आपण आज जाऊ फिरायला, मग तिथेच पार्टी देते."

हा असा कॉल तुमचं स्वप्न पूर्ण झाल्याचा, काँग्रॅजुलेशनचा कॉल बराच वेळा करून, तो कार घेतल्यानंतरचा आनंद feel करू शकता.

किंवा या तुमच्या कारच्या स्वप्नाबद्दलच तुम्ही अजून एक करू शकता. जसं तुमचे आई बाबांना कुठे बाहेर जायचं असेल, तर मोबाईल घ्या आणि त्यामध्ये contact list मध्ये तुमच्या एका मित्राचं नाव "ड्रायव्हर काका" सेव करा आणि मग मोबाईल घ्या "ड्रायव्हर काका" या कॉन्टॅकवर फोन लावून बोला की, "ड्रायव्हर काका गाडी रेडी ठेवा पंधरा मिनिटांनी, आई बाबांना बांद्राला घेऊन जा." आणि मग तुमचा मित्र तुम्हाला बोलेल की "ओके मॅडम, पंधरा मिनिटात येतो." असं तुम्ही बऱ्याचदा करू शकता आणि हो हा तुमचा मित्र लॉ ऑफ अट्रॅक्शनला मानणारा हवा, नाही तर तो विश्वास ठेवणार नाही आणि तुमची मस्करी करून तुमचाही विश्वास हलवेल.

तुमच्या सबकॉन्शस माइंडला कळत नाही, की हे खरंच घडतय की तुम्ही नाटक करता. so fake it till you make it. अस नाटक बऱ्याच वेळा केल्यामुळे ते सबकॉन्शस माईंडमध्ये लगेच जाते आणि तशा गोष्टी घडून येतात.

समजा रस्त्याने जाताना तुमच्या आवडीची कार दिसली, तर जेलस फील न होता, असं कल्पना करा की तुम्ही आणि तुमची फॅमिली त्या कारमध्ये आहे आणि तुम्ही देखील ती कार घेतली आहे आणि तुम्ही त्या कारमधून फिरत आहात. feel करा, तुम्ही ती कार घेतली आणि तुम्ही तुमच्या फॅमिली बरोबर त्या कारमधून फिरत आहात, खुश होऊन feel करा.

हे झालं कारचं उदाहरण तुम्ही तुमच्या कोणत्याही स्वप्नाबद्दल असं नाटक करू शकता. थोडक्यात तुम्हाला काय हव आहे, याच तुम्हाला नाटक करायचं आहे. तुम्हाला काय हव आहे ते मिळाल्यावर तुम्ही काय कराल ते छोट्या छोट्या गोष्टीत तुम्ही तुमच्या रोजच्या जीवनात असं छोट-छोट नाटक करू शकतात.

कल्पना करून (Visualisation) आणि fake it till you make it ने तुम्ही तुमच कोणतेही स्वप्न असो ते पूर्ण करू शकता, फक्त विश्वास ठेवा. युनिव्हर्ससाठी

तुमचं कोणतंही कितीही मोठं स्वप्न हे एका समुद्रातील एका थेंबा इतकं लहान आणि सहज सोप आहे. तुम्ही शंका आणून तुमच्या स्वप्नांपासून दूर जात आहे, हे लक्षात ठेवा.लक्षात ठेवा तुमचा फोकस फक्त तुम्हाला काय हव आहे यावर असला पाहिजे. काय नाही आहे, कमतरता, अभाव यामुळे तुम्ही तुमच्या स्वप्नपासून दूर जात आहे लक्षात ठेवा. भावना तेवढ्याच महत्त्वाचा आहेत.

चला तर मग visualisation कल्पना करून आणि fake it till you make it ने तुमची स्वप्न पूर्ण करू.

law of attraction वर जर विश्वास असेल तर तर्क करत बसु नका. जसं गरिबी आणि श्रीमंती एका वेळी शक्य नाही, तसच law of attraction आणि तर्क लावणे एका वेळेस शक्य नाही. Law of attraction वापरताना सरसरप्राईज, miracles, gifts यावर विश्वास ठेवा.

Your life is full of surprises, gifts and miracles.

~~~~~~
~~~~~~

अजुन एक पाऊल समृध्दिकडे
One more baby step towards abundance

एका सँडविच वाल्याकडे जरी गेला तरी तो तुम्हाला चार प्रश्न विचारतो:

- कोणत सँडविच?,
- तिखट की मिडीयम?
- ग्रिल की नॉर्मल?
- साधा ब्रेड की व्हीट ब्रेड?

तस तुम्हाला तुमच्या जीवनात काय हवं आहे हे तुम्हाला स्पष्ट माहीत हवं. मग ते

- तुमच्या खाजगी आयुष्यात काय हवं?
- तुमच्या प्रकृतीबाबत काय हवं?
- तुमच फॅमिली लाईफ कशी हवी?
- तुमच प्रोफेशनल जीवन कसं हव?
- तुमच ऑफिस लाईफ कशी हवी?
- तुमच बिझनेस लाईफ कशी हवी?

- अजून काही स्वप्न असतील, तर त्यात नेमक काय हव?
- "तुमची स्वप्न असतील तर, त्यात पूर्ण झाल्यावर तुम्हाला नक्की काय काय हव असेल"?
- कशी लाईफस्टाईल हवी आहे?
- संपत्ती किती हवी?
- संपत्तीमध्ये काय काय हव?

एक वही, पेन घ्या आणि प्रत्येक पानावर हेडिंग द्या खाजगी आयुष्य, पारिवारिक आयुष्य, प्रोफेशनल लाईफ, स्वप्न, लाईफस्टाईल, पैसा आणि संपत्ती.

आणि प्रत्येकात detail मध्ये लिहा की तुम्हाला नक्की काय काय हव. हे फक्त एकदाच तुम्हाला लिहायचं आहे.

उदाहरणार्थ तुमच्या स्वप्नांमध्ये असेल तुम्हाला एक कार घ्यायची असेल. तर कोणती कार, कोणता मॉडेल, कोणता रंग हे सर्व ठरवा आणि एकदा लिहा. असं जीवनाच्या प्रत्येक टप्प्याबद्दल तुम्हाला काय काय हव आहे, ते एकदा फक्त detail मध्ये लिहून काढा.यामुळे होईल काय तुम्हाला आणि युनिव्हर्सला कल्पना येईल की तुम्हाला नक्की काय हव आहे.

हे एकदा लिहिल्याने काय होईल, rocket of desire तुम्ही युनिव्हर्स मध्ये सोडलात. म्हणजे मी उदाहरण देऊन सांगते. ॲमेझॉनच्या उदाहरणाने समजावते.

विचारा ASK:

जेव्हा तुम्ही तुमच्या जीवनातील प्रत्येक टप्प्याबद्दल असं detail मध्ये लिहिता, की तुम्हाला काय काय हव आहे.म्हणजेच इथे तुम्ही ॲमेझॉन मधून ऑर्डर केली. म्हणजे तुम्ही युनिव्हर्सला सांगतात की तुम्हाला काय काय हवं.

विश्वास ठेवा Believe:

तुम्ही नेहमी जेव्हा ॲमेझॉन मधून काही ऑर्डर करता, तेव्हा तुम्हाला डाउट असतो का? कि ऑर्डर येईल कि नाही येईल? नसतो ना डाउट. इथे अमेझॉन म्हणजे आपला युनिव्हर्स. एकदा युनिव्हर्सला सांगितलं की, तुम्हाला काय हव

detail मध्ये, म्हणजे तुमची ऑर्डर तुम्ही प्लेस केलात, कोणतीही चिंता, शंका ठेवू नका की तुमची डिलिव्हरी येणार की नाही किंवा कधी येणार. तुम्ही तुमच्या स्वप्नांच्या अलाइनमेंटमध्ये राहिलात. मग नक्की तुमचे स्वप्न पूर्ण होतील. उतावीळ होऊ नका.पण उत्सुकता चालेल म्हणजे माझं स्वप्न पूर्ण झालं कि मी सेलिब्रेशन करेल. स्वप्न पूर्ण झाल्यावर काय काय कराल याची कल्पना करा, feel करून, विश्वासाने कराल तर तुम्ही स्वप्नांच्या अलाइनमेंटमध्ये याल.

प्राप्त करा Receive:

आता तुमची ऑर्डर डिलिव्हर कधी होईल? जेव्हा तुम्ही अलाइनमेंटमध्ये म्हणजेच नेहमीच आनंदी, joyful मूडमध्ये असाल. ऑर्डर डिलिव्हरी म्हणजे तुमची स्वप्न कधी पूर्ण होतील? जेव्हा तुम्ही तुमच्या स्वप्नांच्या अलाइनमेंट मध्ये असाल.

टिपणी;

शंका, भीती, उतावळेपणा आणि नकारात्मक विचार तुमची ऑर्डर डिलिव्हर करायला म्हणजे तुमचे स्वप्न पूर्ण करायला अजून जास्त वेळ लागेल.

मग तुमच्यापैकी बऱ्याच लोकांच अस असेल, ज्यांची स्वतःची अशी काही स्वप्नं नसतील.फक्त माझ्या मुलांच सर्व नीट झालं म्हणजे झालं एवढंच हवं असतं. तर तसं नाही, तुमची स्वतःची स्वप्न, तुमच्या आवडी संबंधित असं काही. जीवनातील प्रत्येक टप्प्यात स्पष्टपणे तुम्हाला काय हवं आहे, हे माहीत हवं त्यासाठी निदान एकदा तरी तुम्हाला लिहायला हवं. चला तर मग लिहा की तुम्हाला काय हव आहे, detail मध्ये लिहा, स्पष्टपणे लिहा.

19. तुला का हवे आहे?
Why do you Want?

अजुन एकल पाऊल समृध्दिकडे
One more baby step towards abundance

आपण हे तर पाहिलं की आपल्याला काय हव आहे, पण आपल्याला ते का हव आहे.

उदाहरणार्थ:

जर तुमची इच्छा असेल: भरपूर पैसा हवा,

तर स्वतःला विचारा की, का हवा आहे भरपूर पैसा?

कारण: पैसा आल्यावर मी तशी luxurious लाइफस्टाइल जगेल wow.

कोणतीही इच्छा झाली की, हे मला हव आहे. तरी स्वतःला विचारा की का हव आहे? या प्रश्नाचे उत्तर दिल्यावर सकारात्मक भावना येते. म्हणजे काय ते पुढच्या गोष्टीत बघू.

एकदा एस्तर हिक्स अब्राहिम हिक्सला बोलली, "गवत कसं सूकलय, मला पाऊस हवा आहे." तेव्हा अब्राहम एस्तरला बोलला, "तुला वाटतं पाऊस पडेल या कमतरतेच्या भावनेने".

एस्तर बोलली की, "मी कुठे चुकते आहे का?".

तेव्हा अब्राहम ने विचारले तुला पाऊस का हवा आहे?

तेव्हा एस्तर बोलली, "पाऊस पृथ्वीला ताजतवानं करतो, गवत हिरवागार होईल, पशु पक्षांना पाणी मिळून ते तृप्त होतील, त्यांची तहान भागल्यामुळे, सर्वांना better feel होईल" तेव्हा अब्राहम एस्तरला बोलला, "हा बरोबर, आत्ता तु पाऊस आकर्षित करत आहेस. जेव्हा एस्तरने पाऊस का हवाय या प्रश्नाच उत्तर दिले, तेव्हा तिचं लक्ष प्रॉब्लेम स्टेटमेंटवरून सोल्युशन स्टेटमेंटवर केंद्रित झालं आणि त्यादिवशी खरोखर पाऊस पडला. न्यूजमध्ये आले होते की बिन मौसम पाऊस पडला.

जेव्हा तुम्ही स्वतःला विचारतात तुम्हाला तुमची जी काही इच्छा आहे ती का हवी आहे? तेव्हा तुमचे व्हायब्रेशन high होतात. कारण तुम्ही सोल्युशनकडे पाहता. पण जेव्हा तुम्ही कसं होईल, कोण घडवून आणेल असे प्रश्न विचारता, तेव्हा तुमचा फोकस प्रॉब्लेमकडे जातो आणि तुमच्या व्हायब्रेशन तुमच्या इच्छेबद्दल low होतात आणि तुम्ही तुमच्या स्वप्नांच्या अजूनच दूर जातात.

म्हणजे तुम्ही इतके शक्तिशाली (powerful) आहात की, पाऊसही पाडू शकता. म्हणजेच तुम्ही तुमच्या कोणत्याही इच्छा पूर्ण करू शकता. फक्त त्या व्हायब्रेशन तुमच्या इच्छेबरोबर मॅच झाल्या पाहिजे. त्यासाठी तुम्ही स्वतःला ती इच्छा का हवी आहे? हा प्रश्न विचारा आणि ती इच्छा पूर्ण झाल्यावर तुम्हाला कसं feel होईल, तसं feel करा आणि कल्पना करा. म्हणजे मग तुम्ही तुमच्या इच्छेच्या व्हायब्रेशनशी मॅच कराल. कसं होईल, कोण करेल, माझ्याकडे हे नाही आहे, असे कमतरता वाटून घेऊ नका. कोणत्याही इच्छेचा तुमचा हेतू (intention) काय आहे?, कारण काय आहे?, हे लक्षात घ्या आणि feel करा. power of intention किती powerful आहे, हे तुम्हाला एस्तरच्या गोष्टीतून कळलेच, बिन मोसम पाऊस पडू शकतो, तर तुमच्या कोणत्याही इच्छा पूर्ण होऊ शकतात.

- **माझा हा अनुभव खूप सुंदर आणि अद्भुत असेल:**

कोणतीही इमारत बांधायला घेतली, की त्याचा पाया मजबूत असणं महत्त्वाचं असतं. तसंच कोणतेही काम करायच्या आधी मानसिक पाया बांधणं तितकच महत्त्वाचं असतं. म्हणजेच कोणतेही काम मग ते लहान असो का मोठं, करायच्या आधी मानसिक पाया बांधायचा. उदाहरणार्थ साधं तुम्हाला बँकेत जायचं झालं, तर जायच्या आधी बोला की, "हे माझं काम पूर्ण होण्यासाठी योग्य ती व्यक्ती उपलब्ध असेल आणि ती व्यक्ती माझं काम त्वरित पूर्ण करेल. हा माझा अनुभव अद्भुत असेल. "

law of attraction वापरत असाल तर कोणतेही काम करायच्या आधीच त्या कामाबद्दल तुम्हाला काय झालेल हव आहे ते असं डिक्लेअर करा की, हे काम छान अनुभव देईल आणि मग ते काम करा. अशा डिक्लेरेशनमुळे एक मानसिक सकारात्मक पाया घातला जाईल त्या कामासाठी. कारण काही वेळा, काही काम करताना, ते करण्याच्या आधी आपल्या मनात भीती, शंका, stress असते . मग अस डिक्लेअर केल्याने त्याची जागा विश्वास आणि सकारात्मकता घेईल. एक प्रकारचा विश्वास येईल की, हे काम छान सकारात्मक अनुभव देईल.

हे तुम्ही दुसऱ्यांच्या बाबतीतही करू शकता. उदाहरणार्थ तुमची मुलगी शाळेत जात असेल किंवा पिकनिकला जात असेल तर चिंता करण्यापेक्षा हे बोला की, "थँक्यू युनिव्हर्स/ देवा, माझ्या मुलीच्या आयुष्यात एक सुंदर अद्भुत अनुभव दिल्याबद्दल. हे जग खूप सुंदर आणि सुरक्षित आहे, म्हणूनच माझी मुलगी जिथे कुठे जाईल, तिथे सुरक्षित असेल, याचा मला विश्वास आहे".

अशा रीतीने लहान काम असो की मोठ काम दुसऱ्यांसाठी चिंता करत बसण्यापेक्षा विश्वासाने असं आधीच डिक्लेअर करा आणि त्यामुळेच सकारात्मकतेचा पाया बांधला जाईल.

20. चिंता
Concern

अजून एक पाऊल समृद्धिकडे
One more baby step towards abundance

बरेचदा आयुष्यात (अडचण) प्रॉब्लेम आला तर, आपण प्रॉब्लेम स्टेटमेंटवर घुटमळत राहतो. human mind ला सतत घडलेला नकारात्मक प्रसंग सतत मनात फिरवायला मजा येते.अशा वेळी सतत स्वतःला विचारा सोल्युशन काय आहे. सोल्युशन वर पूर्ण (फोकस करा) लक्ष केंद्रित करा.म्हणजे तुम्हाला काय हव आहे आणि काय काय सकारात्मक शक्यता असू शकतात. जेणेकरून तुम्ही त्या प्रॉब्लेमच्या बाहेर याल. प्रॉब्लेमबद्दल मनात आणि दुसऱ्याशी बोलून काय होणार आहे? उलट त्रास जास्तच वाढेल, वाईट वाटेल.अशा नकारात्मक भावना आणि विचार तुमच्या आयुष्यात अजून असे नकारात्मक प्रसंग, व्यक्ती आणतील. मग तशाच परिस्थिती परत येतील. म्हणतात ना एकदा संकट आली की एकामागोमाग एक रांगच लागते, ती रांग यामुळे लागते.ही रांग तोडायची आहे? तर "सोल्युशन काय आहे आणि आता काय हव आहे" यावर फोकस करू.तुमचे शब्द थोडे बदला म्हणजे जर तुम्हाला आता तुमचं शरीर जाड वाटतं आणि हा तुमचा आताचा प्रॉब्लेम असेल तर "मी जाडी झाली आहे" असं म्हणण्याऐवजी, "मला सडपातळ व्हायचं आहे" असं बोला. जर तुमची सध्याची

कार बंद पडते, "अरे ही कार सतत बंद पडते, मला सतत खर्चात पाडते" सतत जुन्या कार विषयी राग करण्यापेक्षा, "मला नवीन कार घ्यायची आहे." म्हणजे तुमच्या शब्दात प्रॉब्लेमऐवजी सोल्युशन आलं पाहिजे. काय हवं आहे ते स्वतःशी आणि इतरांशी बोला.

समजा, आता तुमच्या आयुष्यात मोठा प्रॉब्लेम चालू असेल. काही केल्या कळत नसेल तर काय करावे, तर अशावेळी जर स्वतःचे प्रॉब्लेम जगाला सांगत फिराल. किंवा स्वतःच्या मनात वाईट प्रसंग एका सिनेमासारखी सतत त्याची उजळणी करत असाल. अशामुळे तुमचे प्रॉब्लेम कमी होण्याऐवजी अजूनच वाढतील.

समस्या, संघर्ष (struggle),   अडथळे, मेहनत (hard work) हे असे शब्द तुमच्या डिक्शनरी मधून काढून टाका. प्रॉब्लेमला प्रॉब्लेम बोलू नका. तर त्याला concern (काळजी/चिंता) बोला.

आधी तुमचे शब्द बदला आणि शांतपणे बसून तुम्हाला काय हव आहे ते लिहून काढा उदाहरणार्थ तुमचं concern नातं असेल, आणि जर ते नातं सुंदर बनवायचं असेल तर:

- **concern:** नात आनंदी बनवणे.
- **काय हवं आहे:**

  - तुमच्या नात्यात आदर, खूप प्रेम, हसणं हवं.
  - नात्यात संवाद (सुसंवाद, खूप गप्पा) हव आहे. (कोणत्याही विषयावर सहज गप्पा मारता याव्या.)
  - नात्यात स्वतंत्रता हवी freedom for everything.

असं काय काय हवे ते लिहा आणि विचार करा.

- वरचे तीनही मुद्दे तुमच्या नात्यात का हवे?

  - खूप आनंद होईल म्हणून हवे

- असं झालं तर तुम्ही काय काय कराल?

  ○ तुम्ही तुमच्या जवळच्या व्यक्तीला सांगाल की आता तुम्ही एकमेकांशी खूप आदराने बोलतात आणि तुम्ही दोघं एकमेकांसोबत खूप आनंदात, सुखात आहात, एकमेकांची काळजी घेता, दररोज खूप गप्पा मारता.

  ○ हे सर्व चित्र कल्पना करा. तुमचं नातं सुंदर होत आहे हे तुम्ही जवळच्या व्यक्तीला सांगत आहात आणि तो आनंद feel करा, ही भावना feel करा.

  ○ आता तुम्ही ते क्षण जेव्हा तुमच्यातला आदराने, प्रेमाने झालेला संवाद, एकमेकांची घेतलेली काळजी कल्पना करा ती भावना, तो आनंद feel करा.

- सध्याच्या परिस्थितीकडे दुर्लक्ष करा (ignore current reality)

  ○ आता सध्याच्या काळात हे सर्व होत नसेल, सध्या तुमच्यात सतत वाद होत असतील. तर त्या वादाकडे पूर्णपणे दुर्लक्ष करा. कारण तुम्ही ज्या गोष्टींवर लक्ष द्याल, ज्या वादावर लक्ष द्याल ती गोष्ट, तो वाद वाढत जाईल. वाद होत असताना किंवा झाल्यावर जाणीवपूर्वक (consciously) तुमचं लक्ष तुमच्या एखादा आवडीच्या गोष्टींवर केंद्रित करा, उदाहरणार्थ जर तुम्हाला लहान मुल आवडत असेल तर त्या क्षणी लहान मुलांचं ते हसणं किंवा तुम्ही एखाद्या लहान मुलाचा बरोबर घालवलेला तो क्षण आठवा आणि खुश व्हायचा प्रयत्न करा .आत्ताच्या या क्षणात लक्ष देऊ नका. असं जाणीवपूर्वक सराव (consciously practice) करा.

- तुम्ही सकारात्मक गोष्टींची यादी काढू शकता, त्या व्यक्तीबद्दल.

  ○ पण त्यानंतर दिवसभर त्या व्यक्तीबद्दल स्वतःशी आणि इतरांशी नकारात्मक बोलू नका. फक्त तुम्हाला काय हवे ते कल्पना करा.

सध्याच्या परिस्थितीबद्दल स्वतःशी आणि इतरांशी तक्रार करणे बंद करा.

असं सर्व कराल तर तुमच्या सध्याच्या परिस्थितीमध्ये हळूहळू बदल होताना तुम्हाला दिसू लागतील.

हे उदाहरण मी नात्याच दिल. पण तुम्ही कोणत्याही तुमच्या आयुष्यातील प्रॉब्लेम बद्दल, स्वप्नाबद्दल, इच्छेबद्दल हे करू शकता.

1. तुमचे शब्द बदला. (प्रॉब्लेम स्टेटमेंट बोलू नका)
2. सॉल्यूशन शब्दात आणा.
3. काय हव आहे, का हव आहे ते बघा.
4. सध्याच्या परिस्थितीकडे दुर्लक्ष करा.
5. सकारात्मक गोष्टींची यादी करा
6. स्वतःचा प्रॉब्लेम स्वतःशी मनात आणि दुसऱ्याशी बोलू नका.
7. तुम्हाला काय हव आहे, ते कल्पना करा तसं मिळाल्यावर कसं वाटेल त्या भावना feel करा. (एकदा कल्पना केली पण त्यानंतर दिवसभर नकारात्मक विचार करत बसू नका)

टिपणी: नक्कीच हे सर्व जर तुमच्या नात्यात हिंसा असेल तर करू नका.

~~~~~~
~~~~~~

21. पैसा
Money

अजुन एक पाऊल समृध्दिकडे

One more baby step towards abundance

"भरपूर पैसा हवा", असं सर्वांनाच वाटत असते.पैशाच्या बाबतीत या जगात दोन प्रकारची माणसं असतात:

1) पहिल्या प्रकारातील लोक:

या प्रकारच्या लोकांना "भरपूर पैसा हवा" असा विचार करताना- पैशाची चणचण, पैशाचा अभाव, पैशाची कमतरता, भीती, stress, jealousy असते.

2) दुसऱ्या प्रकारची लोक:

- यांच्याकडे मुबलक पैसा असतो.
- ही लोक financially free असतात.म्हणजे काहीही खरेदी करताना बिनधास्त विकत घेऊ शकतात (पैसे नाहीये किंवा पैसे कमी आहे अस काही नसते. जे हव ते विकत घेऊ शकतात.)
- या लोकांकडे पैशाचा, संपत्तीचा, सुदृढ आरोग्याचा, आनंदी नात्याचा भरभराट असतो.

- या लोकांकडे पैसे येण्याचे विविध योग्य मार्ग असतात. पैसे येण्याचा एकच मार्ग नसतो, तर विविध मार्ग असतात.

Here people are having multiple sources of income. (not only one source of income.)

बरेचदा आपण सर्व बघतो, जे लोक जास्त मेहनत नाही करत नाही, stress नाही घेत, त्यांच्याकडे जास्त पगाराची, पॅकेजची नोकरी असते.

जे खूप मेहनत करतात, त्यांचा पगार, पॅकेज कमी असतो.

जे खरंच खूप मेहनत करतात, ते मागे का राहतात? बाकीची लोक असं काय करतात? जे हे लोक miss करतात. हे नक्कीच काहीतरी वेगळ करतात.ज्यामुळे जास्त मेहनत न करूनही पगार चांगला मिळतो. त्यांच्याकडे पैसा येतो.सर्वजण अंबानी (श्रीमंत) का नाही बनत?असं कोणतं रहस्य आहे? जे या लोकांना माहिती आहे.

काही लोकांना यश लगेच मिळते, जास्त कष्ट न करताही.तर काही लोकांना खूप कष्ट करूनही यश मिळत नाही. याचं कारण ते काय नको आहे, याकडे त्यांच सतत लक्ष असतं. (उदाहरणार्थ: मला ना पैशाची तंगी नको आहे, दर महिन्याच्या शेवटी पैशाची चणचण नको आहे.) त्यामुळे पोकळी निर्माण होते, तशाच कमतरतेच्या भावना निर्माण होऊन तशाच गोष्टी आकर्षित करतात.

तसेच त्यांचे पैशाबद्दलचे विचार (thought process), भावना, लहानपणापासून पैशाबद्दलची मत (programming) काय आहेत, कशी असायला हवेत? पैशाबद्दलचे चुकीचे विचार, चुकीचे मत, चुकीच्या भावना, पैसा येण्यापासून अडथळे निर्माण करतात. ही चुकीची पैशाबद्दलचे मत, विचार, भावना कशी बदलायचं ते आपण आता पाहू.

अ) पैशाबाबत तुमची मते:

- लहानपणापासून आपल्याला शिकवले जाते-भरपूर मेहनत, कष्ट केले की पैसा मिळतो.

- जास्त पैसा बरा नाही, कारण जिथे फायदा आहे, तिथे तोटा पण येतो.
- भरपूर पैसा आहे म्हणजे नक्कीच दोन नंबरचा पैसा असेल.
- माझ्याकडे पैसा येतो, पण खूप मेहनत केली की येतो.
- श्रीमंत माणूस कार मधून (ऑडी किंवा मर्सिडीज) गेला की, तो बघ अमीर माणूस आपण कधी असणार या गाडीत असे jealous होऊन, निराशेने बघतो.
- हा माझ्या कॉलेजमध्ये वर्गात होता, आता त्याला माझ्यापेक्षा चारपट पगाराची नोकरी आहे.
- माझी ती मैत्रीण नुसती विदेशी यात्रा करत असते.
- मी केलेल्या कामाच क्रेडीट मला कधी मिळत नाही. पण एक चुक झाली की लगेच सर्वांसमोर ओरडा मिळतो.
- क्लाइंट माझं, माझ्या कामाचं कौतुक करतोय, पण बॉसला का दिसत नाही?
- मी एवढं काम करते तरी मला प्रमोशन देत नाही?
- कधी मी भाड्याच्या घरातून, स्वतःच्या घरात जाणार?
- कधी मी वन रूम किचन मधून 1 BHK मध्ये जाणार?
- कधी मी स्कुटी सोडून बाईक घेइन?
- कधी मी बाईक सोडून कार घेइन?
- "इतक महाग, हे मला परवडत नाही, माझ्याकडे पैसे नाही".

वरील सर्व मत, विचार पैशाबाबत अभावाची, कमतरतेची आहेत. आत्ताच्या आत्ता या क्षणी ठरवा, हे पैशाबाबत चुकीचे विचार मी करणार नाही. अशी इतरांशी पैशाबाबत चुकीची, नकारात्मक चर्चाही नाही करणार आणि स्वतःशी असं पैशाबाबत चुकीचं बोलणार नाही.

कारण हे सर्व विचार तुमच्या आयुष्यात पैसा येण्यापासून खूप मोठा अडथळा निर्माण करतात. (असे विचार आले तर त्याएवजी याच धड्यात (क) विभागात पैशाबाबत जे विचार दिले ते मंत्रासारखे सतत किंवा रात्री झोपताना आणि सकाळी उठल्यावर पूर्णपणे feel करून बोलायला चालू करा.)

तुमची पैशाबाबत काय मतं आहेत? तुम्हीपण पैशाला नाव ठेवतात? तुम्ही पैशाबाबत सतत तंगी, चणचण अनुभवता? तुम्ही पैसेवाला लोकांना बघून jealous feel करता? तुम्हाला पण भरपूर पैसा हवा पण मनात भीती, नैराश्य आहे? तुमची गोष्ट आहे तरी काय पैशाबाबत? जाणून घ्या. Analyze it. (पैशाबाबत तुमची गोष्ट (मत, विचार) कशी असली पाहिजे तुम्हाला याच धड्यात (क) भागात पाहायला मिळेल.)

ब) You are worthy to be wealth and Prayer For Money.

संपत्तीचा भरभराट व्हायला तुम्ही लायक आहात आणि पैशाबद्दल प्रार्थना:

- **संपत्तीचा भरभराट व्हायला तुम्ही लायक आहात (You are worthy to being wealthy)**

खूप लोकांना विश्वास नसतो की ते श्रीमंत जीवन जगू शकतात. खूप सुखसोयींनी समृद्ध, आरामदायी आयुष्य जगू शकतात. इतका पैसा त्यांच्या आयुष्यात येऊ शकतो. पैशाबाबत ती लोकं स्वतःला worthy समजत नाही.

म्हणजेच उदाहरणार्थ:

1) तुम्ही आता ५ लाख पॅकेजची नोकरी करत आहात आणि तुम्ही तुमच्या फील्डमध्ये खरच खूप चांगलं करत असाल. तर दुसरा जॉब शोधताना तुम्ही तुमच्या कामानुसार १० लाखाचे पॅकेज deserve करतात. पण तुम्ही घाबरून ८ लाखच पॅकेज मागतात. मग नवीन कंपनी तुम्हाला ७ लाख देऊ करते, तर तुम्ही तयार होता. नाही तुम्ही deserve करता, १० लाखाचे पॅकेज. तेवढा तुमचा कामाचा दर्जा, skills आहेत. तुमच्याकडे तो smartness आहे. तर का नाही १० लाख demand करत. का सात लाखावर तयार झालात? इथे मुद्दा पैशाचा नाही आहे. तर तुम्ही स्वतःला worthy समजत नाही याचा आहे. जर तुम्ही स्वतः ला worthy समजला नाही, तर बाकीचे लोक तरी का तुम्हाला worthy समजतील? स्वतः स्वतःच्या skills ला value दिली नाही, तर बाकीची लोक तरी का देतील? म्हणून स्वतःला आधी worthy समजा, स्वतःच्या skills ला value द्या.

2) दुसरे उदाहरण:

मी गणपती बाप्पा येतात.तेव्हा चॉकलेटचे मोदक बनवून विकायचे. तेव्हा मी (प्राईस) मोदकांची किंमत 351 मध्ये 21 मोदक विकायचे ठरवले. तेव्हा माझ्या एका मैत्रिणीने मला सांगितले की, तू पहिल्यांदाच चॉकलेटचे मोदक विकत आहेस, तर किंमत कमी ठेव. 151 ठेव. आणि मग हळूहळू किंमत वाढव. म्हणजे पुढच्या वर्षी थोडी किंमत वाढव. पण 351 जास्तच वाटतात.

पण चॉकलेट बनवायचे मटेरियल सामान, 21 मोदकाचे बॉक्स पॅकिंग, गॅस लागणार होता आणि मी माझी एनर्जी, माझ्या कामाची कॉस्ट त्याच्या तुलनेत 151 कमीच होते. म्हणजे त्या मैत्रिणीने या सर्वांचा विचार केला नव्हता आणि माझ्या एनर्जीचा, मी घातलेला वेळ याची किंमत कॅल्क्युलेट केलीच नव्हती. मला ते मोदक 351ला worthy वाटत होते. योग्य आणि उत्तम आकाराचे मोदक मी बनवले होते. (त्याची क्वालिटी (गुणवत्ता) तेवढी मी दिली होती. त्याची कॉन्टिटी (आकार, प्रमाण) तेवढे मी दिले होते.) मी ते मोदक 351लाच विकले आणि घेणाऱ्यांनी घेतलेही.असं तुम्हालाही तुमच काम, तुमच्या प्रॉडक्ट worthy वाटले पाहिजे.तुम्ही तेवढे ठाम आणि तुम्हाला तेवढा आत्मविश्वास स्वतःवर स्वतःच्या प्रॉडक्टवर असला पाहिजे. लोकांना परवडेल की नाही याचा विचार तुम्ही का करता. असं बोलून लोकांकडे पैसा नाही आहे, असं तुम्ही का विचार करता? युनिव्हर्स मध्ये खूप पैसा, abundance भरपूरता आहे. जो अलाईन असेल त्याच्याकडे पैसा येईल. जो पैशाला high vibrations, high frequency देईल त्याच्याकडे पैसा येईल.

ही दोन उदाहरणे तुम्हाला मी दिली. पैशाबाबत worthy असण्याबाबत. कारण मुद्दा हाच आहे, पैसा तुमच्या आयुष्यात येण्याआधी तुम्हाला स्वतःला तुम्ही पैशाबाबत असे (luxurious, rich, classy) सर्व सुखसोयीयुक्त, श्रीमंत, दर्जेदार आयुष्य जगण्यासाठी worthy योग्य लायक आहात.हे तुम्हाला स्वतःला आधी पटले पाहिजे.मग पैसे तुमच्याकडे येण्याबाबतचा खूप मोठा अडथळा दूर होईल. तुम्ही समजलातच नाही की, तुम्ही worthy आहात आणि मग खूप सारा

टेकनिक केल्यात, तर मग पैसा कसा येईल? म्हणून स्वतःला पैशाबाबत नेहमी worthy समजा.

"सर्व सुखसोयीयुक्त, श्रीमंत, दर्जेदार आयुष्य जगण्यासाठी worthy मी योग्य लायक आहात."

"You are worthy of being wealthy."

- **पैशाबद्दल प्रार्थना (Prayer For Money.)**

जर एखाद्या मित्राला तुम्ही वाईट, अपमानास्पद बोललात, तर तुमच्याकडे तो येईल का? नाही ना!

"किती महाग, कसं शक्य आहे इतकी महाग वस्तू आणि मी ती घेणे."
"पैसा काय झाडाला लागला आहे? नाही आहेत माझ्याकडे पैसे."

असेच पैशाबद्दल जन्मापासून आपण नकळतपणे वाईट बोलतो.पैशाचा अनादर करतो. कारण जेव्हा तुम्ही बोलतात "पैसे नाही आहेत आठ हजाराची गोष्ट घ्यायला", पण तुमच्याकडे ८००० नसले तरी निदान शंभर रुपये किंवा दहा रुपये किंवा एक रूपया तरी असेल. मग काही पैसे असताना "नाही आहेत", असं बोलून तुम्ही असलेल्या पैशाचा अनादर करत आहात. एक रुपया जरी असला ना, तरी पण महत्वाचा आहे. म्हणजे तुमच्याकडे आठ हजार रुपयांची वस्तू घ्यायला मुबलक पैसा नाही, पण काही पैसे आहे.

कारण एक रुपया कमी पडला तरी पण तुम्ही एखादी गोष्ट विकत घेऊ शकत नाही. तो एक रुपया पण तितकाच महत्त्वाचा आहे. (कधीच बोलू नका की, "पैसे नाही आहेत", त्यामुळे तुम्ही पैशाची कमतरता आकर्षित करत आहात.)

तर पैशासाठी Ho-o-po-no ही प्रार्थना करा:

ही प्रार्थना पैशासाठी तुम्हाला मनापासून करायची आहे. आजवर जो पैशाचा नकळतपणे अनादर केला, उगाच पैसेवाला लोकांना नाव ठेवले, पैसेवाल्या लोकांबद्दल jealousy फिल केली. थोडेसे जरी पैसे असताना "पैसे नाही आहेत",

असं बोलून असलेल्या पैशांचा अपमान केला. या सर्वांबद्दल आणि नकळतपणे पैशाबद्दल वाईट भावना आणि नकारात्मक भावना ठेवल्याबद्दल पैशाची तुम्हाला मनापासून माफी मागायची आहे.

आणि आजवर जो काही पैसा तुमच्याकडे आला. त्यापासून तुम्ही ज्या सुखसोई उपभोगलेल्या, कमवायला लागायच्या आधी जो पैसा तुमच्या आई-बाबांमुळे तुमच्या आयुष्यात आला. कमवायला लागायच्या आधी ज्या सुखसोयी उपभोगल्या, कमवायला लागायच्या नंतर जो पैसा तुमच्या आयुष्यात आला, त्या पैशापासून तुम्ही ज्या गोष्टी,   वस्तू घेतल्या, ज्या सुखसोयी उपभोगलेल्या, त्यासाठी तुम्हाला पैशाला मनापासून कृतज्ञ राहायचे आणि पैशावर प्रेम करायचंय.

"I'm Sorry कळत-नकळत मी पैशाबद्दल आजवर वाईट बोलले, अनादर केला पैशाचा, अमीर लोकांना नाव ठेवलीत. त्याबद्दल खरंच मला माफ कर पैसा

Please forgive me.

जेवढा पैसा माझ्याकडे होता, आहे त्यातून मी ज्या वस्तू गोष्टी खरेदी केल्या, या सर्व गोष्टींबद्दल मनापासून मी कृतज्ञ आहे आणि माझ पैशावर प्रेम आहे.

Thank you money

आणि I love you money for that."

मनापासून ही प्रार्थना करायची आहे. YouTube वरही तुम्हाला १०८ वेळा ही प्रार्थना मिळेल.

ती लावा आणि पैसे हातात घ्या आणि ही प्रार्थना म्हणा. हे एक दोन दिवस मनापासून करा.

क) पैशांबाबत नवीन गोष्ट:

२०२२ वर्ष सुरू आहे आणि पैसा बऱ्याच चांगल्या मार्गाने येऊ शकतो. फक्त नोकरी, व्यवसाय इतकेच राहिलेल नाही, तर बरेच मार्ग आहेत.

उदाहरणार्थ जर तुम्ही शिक्षक असाल तर पैसा मार्ग:

1. शाळेत शिकवणे.
2. शाळेनंतर शिकवणी घेणे (offline classes)
3. ऑनलाइन क्लास घेणे.
4. Guest Lecturer म्हणून दुसऱ्या शाळेत जाणे.
5. Youtube वर तुमच्या विषयाचे व्हिडीओ टाकणे.

असे एकाच Profession अनेक मार्ग असू शकतात, पैसे येण्याचे ते शोधून काढा.

जस श्वास घेणे सोप्प आहे, तसं पैसा येण देखील सोप्प आहे. युनिव्हर्सला / देवाला तुम्हाला करोड़-अब्ज पैसे देणे म्हणजे समुद्रातील एका थेंबा इतकं सोप्प आहे.

पैशाबद्दल योग्य विचार:

- मी luxurious lifestyle ऐशोआरामाच आयुष्य deserve करते.
- पैसा माझ्याकडे सोप्प्या प्रकारे आणि प्रयत्नांशिवाय येतो.
- संपत्तीचा भरभराट होण्यासाठी मी लायक आहे.
- माझं उत्पन्न नियमितपणे वाढत आहे.
- माझं बँक बॅलन्स मी झोपल्यावर नियमितपणे वाढते.
- मी दिवसेंदिवस श्रीमंत होत चालले आहे.
- पैशाचा प्रवाह माझ्या आयुष्यात सोप्प्या पद्धतीने होतो.
- पैशाचा प्रवाह माझ्या आयुष्यात विविध मार्गांनी येतो.
- माझ्याकडे नेहमी गरजेपेक्षा जास्त पैसा उपलब्ध असतो.
- मी दर्जेदार आहे.
- "समृद्धी "माझं मधलं नाव आहे
- जस श्वास घेणे सोप्प आहे, तसं पैसा येण देखील सोप्प आहे.
- माझं पैशावर प्रेम आहे.
- पैशाचं माझ्यावर प्रेम आहे.

Affirm this Money Affirmations:

- I am worthy of being wealthy.
- I am always financially free.
- I love money.
- Money loves me.
- Money comes to me easily and effortlessly.
- My income is constantly increasing.
- My bank account is constantly growing while I'm sleeping.
- I am getting Richer & Richer everyday.
- Money flows easily into my life.
- Money comes to me from multiple sources.
- There is always more than enough money.
- I am Rich.
- I am Classy.
- prosperity is my middle name.

या पैशाबद्दलचा स्वयंसूचना (money affirmations) तुम्ही रात्री झोपायच्या आधी आणि सकाळी उठल्यावर पूर्णपणे फील करून मंत्रासारखे नियमितपणे दररोज बोला.

* तुमचे पैसा बाबतीतचे स्वप्न एकदा लिहा:

(उदाहरणार्थ:)

थँक्यू देवा माझा मुंबईत दोन बीएचके चा स्वतःचा फ्लॅट आहे. मी नेहमीच सर्व सुविधांनी युक्त आणि आरामदायक जीवन जगते. माझ्याकडे काळा रंगाची ऑडी (audi S5) आहे. (येथे तुम्ही आवडीचे कार, कारचा मॉडेल, कारचा रंग कोणता हवा ते पण लिहा) विदेशी यात्रा करायला माझ्याकडे मुबलक पैसा आहे.

टिपणी: तुमचे स्वप्न वर्तमानकाळात लिहा.

Write down your dream about money once-

Thank you universe for **2 BHK** flat in Mumbai. I'm always living Luxurious & comfortable life. I have Audi, Mercedes, Bike - (specify with car model & color.)

I have more than enough money to travel all over the world with family & friends.

अशी एकदा तुमची स्वप्न लिहा. रोज किंवा जेव्हा खुश असाल. तेव्हाही वरची गोष्ट तुम्ही जगत आहात असं with feelings कल्पना करा.

ड) जीवनाचा हेतू शोधा Find out your Life Purpose.

तुम्ही पण पैसा मिळावा म्हणून नोकरी करत आहात ना? तर आपण सर्व एक हेतू Life Purpose घेऊन जन्माला आलो आहोत. जर ते काम न करता बाकीचे काम करत असाल तर तुम्हाला अडथळे नक्कीच येतील. त्यासाठी तुम्ही इकिगाई हे जपानचे पुस्तक ही वाचू शकता. जपान मधले लोक लहानपणापासून त्यांना ज्या गोष्टीत आवडतात. त्याच गोष्टी करतात. त्यातच करिअर करतात. नोकरी केली, म्हणजे आपण सुरक्षित आहोत असं बऱ्याच जणांचं म्हणणं असतं. कारण एक मासिक रक्कम निश्चित येईल हे नक्की असते त्यात. या comfort zone मध्ये आपण आजवर जगत आलो. पण आपल्या प्रत्येकाचा एक "Life Purpose" आहे. तो शोधा आणि त्यात करियर करा.

पैसा मिळवण्यासाठी Life Purpose नका शोधू. तुमचा जन्मच ज्या Life Purpose साठी झाला आहे तो शोधा. पैसा आपोआप येईल. चिंता करू नका. आता आपल्याकडे बरेच लोक असतील ज्यांना आपलं जीवनाचा हेतू life purpose हा माहित नसेल. तर तो कसा शोधायचा? खूप सोप आहे.

Life Purpose दोन प्रकारे शोधू शकता.

1. रोज रात्री झोपताना तुमच्या अवचेतन मनाला (subconscious mind) विचारा, "मला जाणून घ्यायच आहे कि माझा Life Purpose काय

आहे?" ते विचारत विचारत झोपून जा.उतावीळ होऊ नका. कधी कळेल असं, उत्सुक व्हा - Wow काय असेल माझा Life Purpose?

2. Meditation करायच्या सुरुवातीला युनिव्हर्स/ देव ज्याला मानता त्याला विचारा, "माझा Life Purpose काय आहे? "हे दररोज meditation करताना विचारा. सारखं check करू नका, कळेल Relax.

Life Purpose कळला की १००% द्या. पैसा आपोआप येईल. विश्वास ठेवा Life Purpose शोधा. तुमची Luxurious Life तुमची वाट पाहतेय.

इ) तुम्हाला जे स्वप्न पूर्ण करायचं, ते आधी जगायला सुरुवात करा. Live the Life which you want.

पैशाबाबत बोलायचं झालं तर at the end तुम्हाला आता कळलंच असेल. सर्व काही vibrational आहे. आता तुम्ही पैशाबाबत कशा vibrations देत आहात? ते पडताळून पहा. पैशाबद्दल चांगल्या high vibrations दिले तर पैसे येतील, नाहीतर नाही येणार.

- सध्याची परिस्थिती दुर्लक्षित करा. (ignore your Current reality about money)
- दिवसा स्वप्न बघा.
- तुम्हाला हवी तशी Lifestyle तुम्ही कल्पना करा.
- कल्पना करताना feel करा . भावना खूप महत्त्वाची आहे.

हो सध्याची परिस्थिती दुर्लक्षित करायला हवी. जर तुम्हाला आवडीचा फोन (Dream Phone) घ्यायचा आहे. तर त्या फोनचे फोटो दररोज तुम्ही गुगलवर पहा किंवा दुकानात जाऊन चौकशी करून तो फोन हातात घ्या, feel करा. तो फोन कसा आहे आणि मग कल्पना करा तो फोन तुमच्याकडे आहे. युनिव्हर्सल आधी कारण सांगा.तुम्हाला फोन का हवा आहे?आणि मग विश्वास ठेवा कि तो फोन तुम्ही वापरत आहात आणि feel करून खुश होऊन कल्पना करा की तो फोन आल्यावर तुम्ही काय कराल? जसे जवळच्या व्यक्तींना सांगालच, "मी नवीन फोन घेतला" किंवा कोणीतरी तुम्हाला गिफ्ट ही करेल तुम्ही end result

पहा कि तुम्ही तुमच्या जवळच्या व्यक्तीला सांगताय, दाखवत आहात माझा नवीन फोन. नवीन फोन कसा येईल, त्यासाठी पैसे कसे arrange होतील, याची चिंता करू नका. तुम्ही फक्त कल्पना करा. Vibration High करा, आवडत्या फोनबद्दल dream phone इतकंच.

हे झालं फोनचे उदाहरण. असं तुम्ही कोणत्याही पैशाबद्दलच्या स्वप्नाबद्दल घर, गाडी, बंगला, विदेश यात्रा, Luxurious Life कल्पना करा.

टिपणी:

1. मी तर म्हणेन पैसामागण्या ऐवजी अशी अब्जोपती करोडपती lifestyle imagine करा आणि ते सर्व करायचे acting करा जे अमीर लोकं करतात. अमीर लोकांना फरक पडतो का भाज्यांचे भाव वाढले तरी?. Price tag बघितलं तर नेहमी बोला wow मी नेक्स्ट टाईम तुला नक्की विकत घेईल .असं कधीच बोलू नका या किंमतीला परवडत नाही. It's all about vibration.

2. तुम्हाला जर विदेशात नोकरी शाळा कॉलेज मध्ये admission घ्यायचे असेल तर त्याचे दिवसभर फोटो बघा सतत व्हिडीओ बघा त्या कॉलेज युनिव्हर्सिटीचे, feel करा तुम्ही विदेशात आहात.आता तिथे काय वेळ असेल ते घडाळ्यात सेट करा.ती तशी life जगायला लागा.

3. आता जर नोकरी नाही तुमच्याकडे -नोकरी हवी तर मग आता सध्या घरी आहात? नोकरी करणारे सकाळी उठतात, तयारी करतात, ऑफिसचा डबा तयार करतात. तसं तुम्ही सकाळी उठा, तयार व्हा, ऑफिसचा जेवणाचा डब्बा तयार करा, सकाळी जेवणाचा डबा भरून ठेवा. दुपारी रोज ऑफिसचा डब्ब्यात जेवा.हो जॉब नाही लागला अजून तरी या गोष्टी करायला लागा. तुमच्या अवचेतन मनाला नाही कळत हे खरं की खोटं. युनिव्हर्सला तुम्ही नोकरी करत असल्याच्या vibrations देत आहात. असं करून मग युनिव्हर्स आणि अवचेतन मन नोकरी आणेलच.

4. जर तुम्ही direct अब्जोपती lifestyle कल्पना केली - lifestyle पाहिली. म्हणजेच डायरेक्ट घर, गाडी, बंगला, नोकर हे सर्व कल्पना केली, हे सर्व आहे म्हणजे तुमच्याकडे पैसा नक्कीच असेल..बरोबर मग डायरेक्ट luxurious lifestyle ची कल्पना करा.पण या सर्वांवर विश्वास असायला हवा; विश्वास, vibrations शिवाय हे शक्य नाही.

पैशाबाबत काय हव आहे? हा एकच प्रश्न विचारा, कल्पना करा, फील करा. काय नको आहे पैशाबाबत यावर लक्ष केंद्रीत केलं तर असलेल्या गोष्टी देखील निघून जातील.

लहानपणापासून पैशाबाबत तुमची जी विचारसरणी programming झाली असणार -" पैसा कष्ट करून मिळतो, अंथरूण पाहून पाय पसरवा" ही प्रोग्रामिंग money affirmation ने बदला. मोठी स्वप्न बघा. पैसा सोप्या पद्धतीने आणि प्रयत्नांशिवाय (easy & effortlessly) येतो हे स्वतःला convince करा.

पैसा तेव्हाच येईल जेव्हा दररोज तुम्ही तुमच्या जीवनात काही सवयी लावाल, काही सवयी बदलाल, काही सवयी सोडाल. जास्त वेळ नाही लागणार या सवयींना. पण जर लावाल तर पूर्ण लाईफ बदलून जाईल. चला तर मग - Welcome to your Luxurious Life.

~~~~~~
~~~~~~

माझे अनुभव
My experience

अजुन एक पाऊल समृध्दिकडे
One more baby step towards abundance

इथे मी माझे काही अनुभव तुमच्या सोबत शेअर करत आहे. मी iPhone, माझा या आधीचा जॉब manifest कसा केला, असे माझे काही अनुभव. आणि मेडिटेशनमुळे एक दुर्घटना कशी टळली. नियमित पणे मेडिटेशन केल्यामुळे मला काही संकेत (impulse) आले, त्यामुळे ती दुर्घटना टळली. तर हा एक अनुभव. असे काही अनुभव मी तुमच्यासोबत शेअर करते.

1. माझा याआधीचा जॉब मी कसा manifest केला?

मी तेव्हा ऑफिसमध्ये होते. संध्याकाळी कॉफी ब्रेक घेऊन मी ऑफिसच्या गार्डन मध्ये गेले होते. मला पण सर्वांसारखा नवीन जॉब हवा होता. जॉब बदलला (switch केले) की पगार (package) वाढतो म्हणून. तेव्हा मला life purpose बद्दल माहित नव्हते. मला आकर्षणाचा सिद्धांत (law of attraction) तर माहीतच होता आणि त्यामधील (visualisation) कल्पना करणे मला माहित होतं. तर मी ते करून पाहिल.

मी अशी कल्पना केली की:

(खालील सर्व मी फक्त कल्पना केली, कल्पना करताना तो आनंद feel केला.)

माझा पहिला राऊंड टेलिफोनिक झाला आणि मग तो कॉल झाल्यावर मी त्यांना शेवटी विचारलं की, कधी कळेल इंटरव्यूचा रिझल्ट. ते बोलले उद्यापर्यंत कारण त्यांचे या पोस्टसाठी बरेच इंटरव्यू चालू होते. मग दुसऱ्या दिवशी मला त्यांनी कॉल केला की, "तुम्ही फर्स्ट राऊंडला शॉर्टलिस्ट झाला आहात." हे ऐकून मी खूप खूष झाले. पहिल्या राऊंडला सिलेक्ट झाल्याचा तो आनंद, ती खुशी मी feel केली. दुसरा राऊंडसाठी त्यांनी मला सांगितलं की, "तुम्हाला दुसरा राऊंडचा इंटरव्यू ऑफिसला येऊन द्यावा लागेल." मी सेकंड राऊंड द्यायला ऑफिसला गेले आणि तिथे इंटरव्यूचा दुसरा राऊंड झाला आणि त्याच्या दुसऱ्या दिवशी मला कॉल आला की, "तुम्ही सिलेक्ट झाला आहात." हे ऐकून मी खूप खूष झाले. Wow तो आनंद मी feel केला.

वरील सर्व मी कल्पना केली आणि हे संपूर्ण मी परत दुसऱ्या दिवशी संध्याकाळी कॉफी घेतल्यावर, गार्डन मध्ये गेली आणि पूर्ण दृश्य परत कल्पना केला. पुन्हा सर्व feel केलं. बस हे फक्त मी दोनच दिवस कल्पना केली आणि मग मी विसरून गेले. म्हणजे मी ऑफिसच्या कामात, घरच्या खाजगी आयुष्यामध्ये मी व्यस्त झाले. मी अक्षरशः विसरून गेले आणि त्याच्या दोन महिन्यानंतर मला तसाच एक इंटरव्यूचा कॉल आला. पहिला राऊंड टेलिफोनिक झाला. मग त्यात मी सिलेक्ट झाले. त्यांनी मला सेकंड राऊंड साठी ऑफिसमध्ये बोलावलं. तिथे सेकंड राऊंड झाला. आणि तिथून मी निघाले. दुसऱ्या दिवशी मला HR चा फोन आला की मी सिलेक्ट झाले. वा, मी खूप खुश झाले. मला तेव्हाही आठवलं नव्हतं, की मी हे सर्व दोन महिने आधी कल्पना (visualise) केल होत. नंतर काही दिवसांनी मला आठवलं की, अरे हे तर मी सर्व पूर्ण दोन महिने आधी कल्पना केली होती. मला जेव्हा आठवलं तेव्हा मला wow feel झाले. मी खूप खुश झाले. जॉब manifest झाला.wow मी हा जॉब manifest केला.

अशा प्रकारे कल्पना करून मी जॉब manifest केला. असं तुम्ही पण तुमची स्वप्न, तुमच्या इच्छा कल्पना करून, कल्पना करताना तेवढंच खुश होऊन

manifest करा. आणि मग दुसऱ्या कामांमध्ये बिझी होऊन जा. आठवायचा असेल तर उत्सुकतेने आठवा, उतावळेपणाने आठवू नका. चला तर मग वाट कसली बघत आहात? लगेच हे ट्राय करून बघा. कल्पना करा तुम्हाला जे हवे ते. ज्याला कोणाला जमत नसेल, कल्पना करायला त्यांनी एकदा कागद-पेन घेऊन आधी ठरवा कि कोणत दृश्य (Scene) कल्पना करायच आहे. एकदा फक्त लिहून काढा आणि तेवढेच कल्पना करा म्हणजे तुम्हाला सोप्प जाईल कल्पना करायला. (ज्यांना कल्पना करायला कठीण वाटतंय त्यांच्यासाठी सांगते. सर्वांना लिहायची गरज नाही) आणि हो यामध्ये भावना (feelings) खुप महत्वाची आहे.

2. आता बघूया मी iPhone आयफोन कसा manifest केला ते:

हे पूर्ण पुस्तक वाचून तुम्हाला कळलं असेल की फक्त खुश राहून पण तुम्ही तुम्हाला हवं ते मिळवू शकता. मी नेहमीच खूश राहण्याचा प्रयत्न करते. मग कधी कधी असं होतं की जे हवं ते आपोआप मिळून जात.त्याच जिवंत उदाहरण म्हणजे मी iPhone manifest केला. पण हे तेव्हाच शक्य होईल जेव्हा तुम्ही नियमितपणे आनंदी राहायला चालू कराल. मी पण चालू केल होत नियमितपणे आनंदी राहायला.

त्याचं झालं असं की अंजना रीतोरिया यांनी आम्हाला लिहायची ताकद दाखवून दिली होती. त्यांनी आम्हाला वर्षाच्या एक तारखेला एक जानेवारीला वर्षभरात काय काय हव आहे, हे एकदा लिहायला सांगितल होते. तर त्यात मी एक तारखेला एक जानेवारीला लिहिले होत, "I love iPhone ."

पण माझा फोन व्यवस्थित चालू होता. पण माझ्या नवऱ्याचा फोन खराब झाला होता.त्याला नवीन फोन घ्यायचा होता. "तर आता कोणता फोन घ्यायचा", हे ठरवताना तो बोलला की त्याला iphone घ्यायचा आहे. मग आम्ही दोन-तीन दुकानात जाऊन आलो iphone बघून आलो. मी खूप खुश झाले चला निदान फॅमिलीमध्ये iPhone येतो आहे. मी खूप खुश होती काय माहित का. मग आम्ही iPhone विकत घेतला.

iPhone विकत घेतल्यावर माझ्या नवऱ्याने मला सांगितलं की, "तू घे हा iPhone, मी तुझा फोन वापरतो. तुला आवडला ना मग तूच वापर."

iPhone साठी मी इतकी खुश होते, इतकी खुश होते, की, मग त्यामुळे त्याने मला स्वतःहून iPhone दिला.

मग मी खूप समजावलं माझ्या नवऱ्याला की, नको तू वापर, असं काही नाही.

हो नक्कीच तो iPhone नंतर मीच विकत घेतला. मीच pay केले.

यावरून तुम्हाला कळू शकते की सतत खुश राहून तुम्हाला हवं ते मिळू शकत. आता बघा ना माझा विचारही नव्हता आयफोन घ्यायचा. माझा फोन पण नीट चालू होता. मी फक्त एकदा एक तारखेला लिहिलं होतं की पूर्ण वर्षभर मला काय काय हव आहे.काय काय हवं आहे याच्या यादीत iPhone लिहिलं होतं. बस मग जसं अंजना रितोरियाने सांगितलं तसं मी सतत खुश राहायचा प्रयत्न केला आणि विसरून गेले की मला iPhone हवा आहे. माझ्या डोक्यातच नव्हतं कारण माझा फोन तर नीट चालू होता.अशा प्रकारे सतत खुश राहुन माझ्या आयुष्यात ५ फेब्रुवारीला iPhone आला. फक्त एका महिन्यात iPhone manifest झाला. काय मग वाट कसली पाहताय. आत्तापासून सतत खुश राहायला सुरू करा आणि तुम्हाला हव ते मिळवा. शंका घेऊ नका, उतावीळ होऊ नका, विश्वास ठेवा.

3. दैनंदिन जीवनातील manifestation चे अनुभव:

फक्त आपल्या मोठ्या स्वप्नांसाठी नाही, तर दैनंदिन जीवनातील लहान इच्छेसाठीही तुम्ही लॉ ऑफ अट्रॅक्शनच वापरू शकता. रोजच्या जीवनात जर तुम्हाला कोणाला मनवायचं नसेल. म्हणजे न बोलता मनवायचं असेल. तर त्यासाठी लॉ ऑफ अट्रॅक्शन कसं वापरायचं. त्याचाच मी माझा एक अनुभव सांगते.

माझ्या बहिणीला मी माझ्याकडे सासरी राहायला बोलावलं होतं. पण ती एकच दिवस यायला तयार होती. मग मी तीला मनवण्यापेक्षा, "अग रहा ग दोन दिवस अजून." असं मी काही तिला म्हंटलं नाही. विचार केला की, मी इथे लॉ ऑफ अट्रॅक्शनचा वापर करते.मी कल्पना केली की, माझी बहीण मला बोलते की, "मी अजून दोन दिवस राहते." मग मी खुश होऊन "ये... "बोलते. असं मी कल्पना

करून आनंद feel केला. असं मी एक दोनदा केल असेल.मग ती माझ्याकडे राहायला आली एक दिवस राहिल्या नंतर मला स्वतःहून बोलली की, "मी अजून दोन दिवस राहते."

अशा प्रकारे न मनवता, काहीही न बोलता, फक्त कल्पना करून आणि कल्पना केल्यावर "काय हव आहे ते" feel करून लॉ ऑफ अट्रॅक्शनने आपण काहीही मिळवू शकतो. लहान असो की मोठे असो स्वप्न. end result कल्पना करा.

- **end result म्हणजे:**
  - लग्नासाठी मुलगा शोधत असाल तर डायरेक्ट तुमचं लग्न झालं आहे आणि तुम्ही लग्नानंतर फिरायला चालला आहात हे खूप आनंदाने, खुश होऊन कल्पना करा.

"मुलामुलींनी एकमेकांना पसंती दर्शविली, लग्न जमल. "अशी प्रोसेस नका बघू डायरेक्ट end result लग्नानंतर फिरायला चालले आहात असं खूप आनंदाने कल्पना करा.

- बाळ होतं नसेल तर डायरेक्ट बाळाचं बारसं कल्पना करा.

प्रेग्नेंट झाली हे कल्पना नका करू, डायरेक्ट तुमच्या बाळाचं बारसं खूप आनंदाने, खुश होऊन कल्पना करा. कल्पना करताना भावना खूप महत्त्वाच्या आहेत.)

4. मेडिटेशनमुळे दुर्घटना टळली:

अंजना रितोरियाने सांगितल्याप्रमाणे मी नियमितपणे दररोज मेडिटेशन करायला चालू केलं. त्यानंतर मला काही अनुभव यायला लागले. काही गोष्टी आधीच कळायला लागल्या. माझ्या घराजवळ एक छोटीशी गल्ली आहे. त्या गल्लीत खूप सुंदर टुमदार घर, बंगले, नारळाची झाडं आहेत. मी त्या गल्लीच्या सुरुवातीला होते, तेव्हा माझ्या फोन मध्ये मेसेज चेक करत होते. पण मला खूप strongly feel झालं की मोबाईल बंद कर आणि नेहमीसारखं थँक्यू वॉक कर.

(थँक्यू वॉक म्हणजे आपण चालत असताना मनात आपल्याकडे ज्या ज्या गोष्टी आहेत त्या त्या गोष्टींसाठी थँक्यू बोलणे.) मग मी मोबाइल बंद केला आणि थँक्यू वॉक करत होते. या गल्लीच्या मध्याशी नारळाचे झाड होती. ती नारळाची झाडं पार केली आणि नारळाच्या झाडापासून एक दोन हात दूर गेले असेन आणि कसला तरी आवाज झाला. मी मागे वळून पाहते तर काय एक नारळ खाली पडला होता. रस्त्याने चालणारे आजूबाजूच्या लोकांमधील एक जण मला बोलले, "तू जरासाठी वाचली, नाहीतर तुझ्यावर नारळ पडला असता." मी जर मेसेज वाचत चालले असते, तर माझा चालण्याचा स्पीड थोडा कमी झाला असता आणि तो नारळ बरोबर माझ्यावर पडला असता. पण त्या गल्लीच्या सुरुवातीलाच मला खूप स्ट्रॉंगली फील झालं होतं की मोबाईल बंद कर आणि अशी ही दुर्घटना टळली.

तर असे काही अनुभव तुम्हालाही येऊ लागतील. पण त्यासाठी मेडिटेशन रोज न चुकता नियमितपणे करावे लागेल. त्यात काहीही कठीण आणि बोर होण्यासारखं काहीच नाही. शरीर थकलं की आपण झोपतो. पण मनाचं काय मनाला आराम करायला थोडा वेळ डोळे बंद करून श्वासावर लक्ष द्या. विचार आले तर टेन्शन घेऊ नका रिलॅक्स. श्वासाकडे लक्ष केंद्रित करा. फक्त दिवसातले पंधरा मिनिट तुमच्या मनासाठी. त्यातून तुम्हालाही असे संकेत (impulse) मिळतील. लॉ ऑफ अट्रॅक्शनची ही एक बेसिक स्टेप आहे. लॉ ऑफ अट्रॅक्शन फोलो करतात तर मेडिटेशन केलंच पाहिजे.

तर हे होते माझे काही अनुभव, असे बरेच आहेत. दैनंदिन दिवसात लहानसहान अनुभव आकर्षणाचा सिद्धांतांमुळे येत असतात, manifestation होतच असतात.

सर्वांना माहीत असतं लॉ ऑफ अट्रॅक्शन फरक इतकाच असतो कि वापरत नाहीत. एकदा विश्वास ठेवा आणि वापरून बघा. लॉ ऑफ अट्रॅक्शन म्हणजे फक्त सकारात्मक बोलणे एवढंच नाही आहे.

- सतत आनंदी राहणे.
- स्वतःवर खूप प्रेम करणे.
- कृतज्ञ रहाणे
- मेडिटेशन

- वाचन
- तक्रार न करणे,
- दुसऱ्यांबद्दल वाईट बोलणे सोडून देणे.

हे सर्व दररोज नियमितपणे करणे. काही सवयी सोडून देणे, लहानपणापासून जर चुकीच्या विचारसरणी झाली आहे ती स्वयसूचनेने (affirmations ने) बदलणे.

चला तर मग सुरु करा. तुमचा नवीन प्रवास, काही सवय लावून, काही सवयी सोडून आणि मग बघा तुमचं जीवन कसं बदलतं आणि कायम लक्षात ठेवा "तुम्ही फक्त आणि फक्त आनंद deserve करता. "श्रीमंत, सुखसोयींनी युक्त जीवनात तुमचं स्वागत आहे.

Law of Attraction Daily Practice
दररोजच्या काही सवयी
(तुमच्या आयुष्यात पैसा यायला आणि तो टिकून राहायला)
अजुन एक पाऊल समृध्दिकडे
One more baby step towards abundance

जर कोणी नवीनच law of attraction वापरायला चालू केल असेल, तर त्यांचा गोंधळ होतो नेमका करायचं तरी काय. सुरुवात कुठून करायची. त्यांच्यासाठी हा दिनक्रम. तर अशा काही गोष्टी आहेत ज्या तुम्हाला दररोज न चुकता करायचा आहेत, त्याला पर्याय नाही, जर केला नाही तर तुम्ही अलाइनमेंटच्या बाहेर याल. law of attraction follow करत आहात तर एवढं तर केलं पाहिजे.

1. हे करून तुमचा (सिक्स सेन्स: सहावं इंद्रिय) 6th sense मिळवा.

असं काय केलं की तुम्हाला तुमचं 6th sense मिळेल. असं काय केलं की तुम्हाला impulse येतील. काही गोष्टी strongly तुम्हाला आधीच फिल होतील, की जसं मला हे करायला हव किंवा हे करायला नको. त्यामुळे एखादी दुर्घटना टळली जाईल.

त्यासाठी तुम्हाला करायचं, दररोज पंधरा मिनिट मेडिटेशन. मेडिटेशन ऐकल्यावर बऱ्याच लोकांच्या भुवया उंचावल्या असतील. Meditation, it's not my cup of tea. मला इतका वेळ शांत बसता येणार नाही, ते पण थॉटलेस कसे शक्य आहे. असे बऱ्याच जणांचे झाले असेल. पण लॉ ऑफ अट्रॅक्शन फॉलो करत आहात तर हे बेसिक आहे. याला पर्याय नाही. काही कठीण नाही.मी अगदी सोपे करून सांगते काय करायचं. फक्त डोळे बंद करून, पाठीचा कणा सरळ, मांडी घालून बसा. श्वासावर लक्ष केंद्रित करा. हे करत असताना विचार येतील आणि जातील त्याचा stress घेऊ नका. सुरवातीला पंधरा मिनिटांमध्ये दहा सेकंद thoughtless विचार न करण्याचा प्रयत्न करा. मग हळूहळू काही दिवसांनी दहा सेकंदाचे पंधरा सेकंद असं करून हळूहळू वाढवा.

- **का करायचं मेडिटेशन?**

शरीर थकलं की आपण आराम करतो झोपतो. पण आपण झोपलो तरी आपलं subconscious mind चालूच असतं. आपल्या हृदय, आपली पचन क्रिया अशा बऱ्याच गोष्टी चालू असतात त्या subconscious mind मुळे. तर त्याला आराम द्यायला हवा ना? त्यासाठी मेडिटेशन करायच. अजून बरीच कारण आहे. त्यामुळे तुम्ही universe सोबत कनेक्ट होतात. आणि दररोज नियमितपणे करायला लागल्यावर तुम्हाला इम्पल्स यायला चालू होतील.

- **कसं करायचं मेडिटेशन?**

alarm लावा पंधरा मिनिटाचा, तुमच्या घरात शांत ठिकाणी जाऊन बसा, पाठीचा कणा सरळ. loose कपडे घाला, तुम्हाला कम्फर्टेबल कपडे घाला. डोळे बंद करा.

1. सुरुवातीचा पहिला मिनिट तुम्ही thankful राहू शकता, तुमच्याकडे ज्या गोष्टी आहेत त्याच्यासाठी मनापासून तुम्ही thank you बोला.
2. श्वासाकडे लक्ष केंद्रित करा.
3. अगदी सोप्पे म्हणजे तुम्ही दीर्घ श्वास घेऊ शकता, श्वास घेताना आणि सोडताना श्वासाकडे लक्ष द्या. (यामुळे विचार कमी होतात निघून जातात)

मेडिटेशन एकही दिवस चुकवू नका. ही झाली पहिली सवय.

Esther hicks ला Abraham hicks मेडिटेशन मुळे कसे भेटले होते, याची खूप इंटरेस्टिंग खरी गोष्ट तुम्ही Abraham hicks च्या पुस्तकातून नक्की वाचा. त्यामुळे तुम्ही नक्की दररोज खूप इंटरेस्टने meditation कराल.

२. नेहमी आनंदी रहा always be happy

law of attraction सर्वात मोठे रहस्य म्हणजे नेहमी आनंदी राहणे 24तास.

सुरुवातीला प्रयत्न करावे लागेल. नंतर सवय होऊन जाईल. काही लोकांना गाणी ऐकून आनंद मिळतो, लहान बाळांबरोबर खेळून आनंद मिळतो. काही लोकांना गाणी गाऊन आनंद मिळतो. पुस्तक वाचून आनंद मिळतो, कोणाला डान्स करू, कोणाला चित्र काढून, कोणाला स्वयंपाक करून तर असं तुमचं काय आहे ते शोधून काढा, प्रत्येकाचे वेगवेगळे असेल. सुरुवातीला आनंदी राहण्यासाठी तुम्ही तुम्हाला जे आवडतं ते करा.

पण जर सुरुवातीला तुमच्या सोबत नकारात्मक घटना घडली किंवा तुमच्या आजूबाजूला सतत नकारात्मक लोक असतील अशा वेळी पण तुम्हाला आनंदी राहायचं आहे. अशा नकारात्मक प्रसंगाला तोंड देताना तुम्ही काही गोष्टी करू शकता.

"मी आणि माझ्या आजूबाजूचे लोक नेहमी सकारात्मक, आनंदी, प्रेमळ असतात."

"मला नेहमी सर्वांकडून प्रेम आणि आदर मिळते. जीवन खुप सुंदर आहे"

"माझ्या आयुष्यात जीवनाच्या प्रत्येक टप्प्यात नेहमी खूप सारे हास्य आणि प्रेम असतं."

"मी नेहमी शरीराने, मनाने, आत्माने सुद्ढ असते."

"मी नेहमी अलाइनमेंट मध्ये असते, universe नेहमी मला प्रोटेक्ट गाईड करते"

हे affirmation नेहमी एखाद्या मंत्रासारख फिल करून बोला.

एखादी नकारात्मक घटना घडली की, जे काही तुम्हाला आवडत असेल ते करा, जेणेकरून तुमचा मूड चांगला होईल, तुम्ही आनंदी होऊन जाल, good feel कराल. (डान्स आवडत असेल तर डान्स करा, पेंटिंग आवडत असेल तर पेंटिंग करा, गाणं आवडत असेल तर गाणं गा किंवा ऐका) .

एखादी नकारात्मक घटना घडली की, तर दुसऱ्या कोणत्याही विषयावर लक्ष केंद्रित करा.त्यावर१७ सेकंद लक्ष द्या आणि स्वतःला आनंदी करा. नकारात्मक प्रसंगावर लक्ष देऊ नका, लक्ष दिले तर, नकारात्मक प्रसंग वाढत जातील. असे प्रसंग स्वतःच्या मनात आणि इतरांशी चर्चा करू नका. असे कराल तर नकारात्मक प्रसंग वाढत जातील.

स्वतः ला feel good करायची priority बनवा. तुम्ही खुश असाल, तर तुमच्या व्हायब्रेशन्स, frequency highअसतील, तुम्ही अलाइनमेंट कधी असाल. मग तुम्ही तसेच आनंदी लोक आणि आनंदी प्रसंग आकर्षित कराल. हे लॉ ऑफ अट्रॅक्शनच सगळ्यात मोठं रहस्य आहे. म्हणून सतत आनंदी राहण्याचा alignment मध्ये राहण्याचा प्रयत्न करा.

3) कृतज्ञता/ आभारी राहणे Thankful/Gratitude

"जर तुम्ही असलेल्या गोष्टीसाठी कृतज्ञ/ आभारी रहाल तर नसलेल्या गोष्टी तुमच्याकडे येतील."

"If you are thankful for whatever you have you will get whatever you want."

कृतज्ञता म्हणजे तुमच्याकडे असलेल्या सकारात्मक गोष्टीची जाणीव करून, त्याचं आभार मानणे.

जर तुम्ही युनिव्हर्सला बोलाल की, "Thank you universe मी खूप आनंदी आणि thankful आहे कारण आता माझ्याकडे जो काही पैसा आला आहे त्यासाठी." तर युनिव्हर्स तुम्हाला बोलेल की, " (okay you are happy and grateful then you have more money.) अच्छा तुम्ही आनंदी आहात, thankful आहात पैशाबद्दल तर अजून आनंद आणि पैसे घ्या." मग युनिव्हर्स तुमच्या आयुष्यात खूप आनंद आणि पैसा देईल.

जर तुम्ही युनिव्हर्सला बोलाल की, "universe मी खूप नाराज आणि दुःखी आहे कारण नेहमीच्या पैशाच्या कमतरतेमुळे" तर युनिव्हर्स तुम्हाला बोलेल की, " (okay you are sad n disappointed, and also feeling lack about money, then have more lack of money n sadness and disappointment") अच्छा तुम्ही दुखी आणि निराशाजनक आहात पैशाबाबत, आणि तुम्हाला पैशाबद्दल कमतरता जाणवते तर आता तर अजून दुःख, निराशा, पैशाची कमतरता घ्या.

मग तुमच्या आयुष्यात खूप दुःख, निराशा आणि पैशाची कमतरता देईल.

कारण आकर्षणाच्या नियमानुसार, युनिव्हर्स तुम्हाला ते देईल, जे तुम्ही आता बोलता आणि सर्वांत महत्त्वाचं म्हणजे जे फील करता, त्या गोष्टी वाढत जातील. ज्या गोष्टीवर लक्ष केंद्रित कराल त्या गोष्टी तुमच्या आयुष्यात वाढत जातील.

म्हणूनच सतत आनंदी आणि कृतज्ञ राहा तुमच्याकडे ज्या काही गोष्टी आहेत त्याबद्दल पूर्ण फील करून बोला. तुमच्याकडे ज्या गोष्टी असेल त्याबद्दल.

मग ती अगदी लहानात लहान असू दे की मोठ्यात मोठी. अगदी तुमच्या घरात असलेल्या लाईट पासून ते कोणी तुम्हाला गिफ्ट सरप्राईज दिलं तोपर्यंत, तुमच्या प्रकृतीसाठी, तुमच्या आयुष्यातील प्रत्येक नात्यासाठी, निसर्गासाठी. दररोज एक तर क्षणाक्षणाला तुम्ही प्रत्येक गोष्टीला thankful राहू शकता किंवा दिवसातील पंधरा मिनिटं काढून पंधरा मिनिट प्रत्येक गोष्टीसाठी तुमच्या आयुष्यातील थँक्यू बोला पूर्ण फील करून बोला.

हे करत असताना तुम्ही तुमच्याकडे नसलेल्या गोष्टी मागू शकता:

- थँक्यू युनिव्हर्स माझ्याकडे आता सायकल आहे पण कार आली तर अजून मज्जा येईल.
- थँक युनिव्हर्स माझ्या शरीरातील प्रत्येक सुदृढ अवयवबद्दल, माझी स्कीन अजून टवटवीत झाली तर अजून मज्जा येईल, मला अजून

व्यवस्थित ऐकायला आलं तर अजून मज्जा येईल (जर तुम्हाला स्किन किंवा कानाचा काही concern असेल तर असं युनिव्हर्स कडे तुम्ही मागू शकता.)

आणि हो नक्की हे तुम्हाला नेहमी दररोज न चुकता शेवटच्या श्वासापर्यंत करायचंच आहे.

4. वाचन

लहानपणापासून आपली एक प्रकारची प्रोग्रामिंग झाली असते. पण अशी प्रोग्रामिंग चेंज करायला तुम्हाला पुस्तक दररोज मदत करू शकतात.

आता पैशाचं उदाहरण घ्या ना, पैशाच प्रोग्रामिंगच,

"पैसे काय झाडाला लागले आहे, अंथरूण पाहून पाय पसरावे."

पण जेव्हा तुम्ही "think and grow rich" किंवा अंजना रीतोरियाच "४० से ४० करोड" वाचाल.

तेव्हा तुमचे ही पैशाबद्दलची thinking change होईल. (विचारसरणी बदलेल)

अस पण दररोजच्या जीवनात बऱ्याच लोकांना भेटतो ज्यांचे विचार आपल्यासाठी योग्य नसतात, त्यामुळे आपण down feel करू शकतो. उदाहरणार्थ तुमचा कोणा मित्राला तुम्ही सांगितल की असे manifestation होते आणि तो बोलून गेला कसं शक्य आहे तर हे तुमच्या मनात राहतं आणि तुम्ही manifest करताना तुम्हाला ते आठवू शकत जे तुमच्या मित्राने बोलले होते की शक्य नाही, त्यामुळे तुमच्या manifestation मध्ये अडथळे येऊ शकतात, तर त्यासाठी दररोज जर तुम्ही पुस्तक वाचाल, दररोज तुमची प्रोग्रामिंग चेंज होईल. जोसेफ मर्फी यांच "the power of subconscious mind" वाचाल तर तुम्हाला कळेल की आपली लहानपणापासून झालेले प्रोग्रामिंग आपल्यावर किती परिणाम करत असते. म्हणून दररोज असे self help बुक वाचाल तर तुमची प्रोग्रामिंग चेंज व्हायला मदत होते. आणि हो हे खूप महत्त्वाचा आहे. करण आजुबाजूच्या लोकांचा त्यांच्या बोलण्याचा त्यांच्या थिंकिंगचा तुमच्यावर दररोज परिणाम होत असतो.

त्यामुळे तुमच्या manifestation मध्ये अडथळे येऊ शकतात. म्हणून दररोज पुस्तक वाचणं गरजेचं आहे. शाहरुख खान दिवसाला तीन पुस्तक वाचतात. आजवर वीस हजार पुस्तके वाचली. त्याची लाइफ स्टाइल काय आहे कुठून कुठे गेली हे तुम्हाला माहीतच आहे. म्हणून दररोज पुस्तक वाचन खूप गरजेच आहे.

सुरूवातीला तुम्ही तुमच्या इंटरेस्ट बुक वाचून सुरुवात करू शकता, मग हळूहळू self help बुक वाचायला सुरुवात करा.

"reading is leading", म्हणूनच म्हटलं आहे "वाचाल तर वाचाल", वाचन केला तर तुमच्या आजूबाजूच्या नकारात्मक लोकांच्या प्रोग्रामिंग पासून त्यांच्या विचारापासून तुमचं तुम्ही स्वतः रक्षण करू शकता.

5. सकारात्मक गोष्टींची यादी

तुमच्या आयुष्यातील जो टप्पा मैत्री, करियर, संपत्ती, नाती प्रकृती याबाबत तुमचे सध्या जी काही स्वप्नं असतील अडचणी असतील त्याबद्दल सकारात्मक गोष्टींची यादी तयार करा. किमान एक वाक्य तुम्हाला हव त्या टप्प्यात बद्दल तुम्ही दररोज लिहू शकता. पण नात्याबाबत असेल, जर नातं सुधारायचं असेल तर दररोज दहा सकारात्मक वाक्य तुमच्या नात्याबद्दल लिहा.

कोणत्याही आयुष्यातील टप्प्याबद्दल तुम्ही जर लिहीत असाल, पण त्या टप्प्यावर बद्दल नकारात्मक विचार दिवसभर करू नका. म्हणजे उदाहरणार्थ दिवसात ना एकदा तुम्ही तुमच्या नात्याबद्दल सकारात्मक यादी करता, पण त्यानंतर दिवसभर तुम्ही तुमच्या नात्याबद्दल वाईट गोष्टींची उजळणी मनात किंवा इतरांची चर्चा करत असाल तर, असं करून चालणार नाही. मग काही उपयोग होणार नाही.

6. तुमची गोष्ट:

तुमच्या जीवनातील प्रत्येक टप्प्यावर तुमचं नातं, करिअर, संपत्ती, मैत्री, प्रकृतीबाबत एक सकारात्मक गोष्ट बनवा. तुम्हाला नेमकं काय हव आहे प्रत्येक टप्प्यात ते पडताळून पहा. मग तशी तुम्हाला expected गोष्ट बनवा. मग

तसंच चित्र सिनेमा पूर्ण फिलिंगने ते कल्पना करा. कल्पना करताना ती गोष्ट मिळालावर तुम्ही काय सेलिब्रेशन कराल. तो आनंद feel करा (अनुभवा) .तुम्ही दिवसात जेव्हा खूप खुश असाल तेव्हा तुम्हाला कशी लाइफस्टाइल हवी आहे तेच चित्र तो सिनेमा नियमितपणे कल्पना करा, आणि हो कल्पना करताना feeling is important.

7. श्वासाच्या पद्धती Breathing techniques:

जे संत असतात त्यांना पाहिलं श्वास घ्यायला शिकवता. श्वास घेणे म्हणजेच प्राणायाम, दीर्घ श्वास अनुलोम-विलोम, कपालभारती किंवा आर्ट ऑफ लिविंग सुदर्शन क्रिया असं काही श्वासाच्या बदली तुम्ही शिकून घ्या. दररोज दहा मिनिटं करा.

8. काही सवयी सोडून द्या

जसं वरील सवयी लावायला सांगितलं तसं काही सवयी सोडण खुप महत्वाचं आहे. त्या कोणत्या सवयी सोडायचा याबद्दल वेगळा chapter दिला आहे.त्या सवयी सोडा.

थोडक्यात:

"तक्रार करणं बंद करा आणि कौतुक करणं चालू करा"

"Stop complaining, start appreciating."

आणि हो या सर्व सवयींचा तुमच्या आयुष्यात पैसा, संपत्ती, भरभराट, सुद्दढ प्रकृती, आनंद, स्वप्न पूर्ण करायला आणि तो टिकून राहायला खूप महत्वाचा आहे. आणि याला काही पर्याय नाही हे केलं पाहिजे. आणि त्याचबरोबर काही सवयी सोडण तितकच महत्वाच आहे.

गोष्टी वापरायला सुरुवात करा. मोठी स्वप्न बघा. या सर्व सवयी तुमच्या दिनक्रमात समावेश include करा आणि तुमची करोडपती लाईफस्टाईल मिळवा, तुमची स्वप्न पूर्ण करा.

Thanks to बाबा आणि special thanks to Anjana Reetoriya.

बाबा नंतर जीवन जगायला शिकवले, law of attraction चा खरा अर्थ कळला तो Anjana Reetoriya मुळे.

~~~~~~
~~~~~~